ഫിന്നിഷ് വിശ്വകഥകൾ

Finnish Viswakathakal
Childrens Literature

Retold
Salam Elikottil

CHINTHA PUBLISHERS
Thiruvananthapuram

First Edition
January 2023

Published
Chintha Publishers, Thiruvananthapuram

Typesetting
Chintha Publishers, Thiruvananthapuram

Printed at
Repro India Ltd, Mumbai

Cover Design
begingdesigns, Thiruvananthapuram

ISBN : 978-93-93468-50-5

CO - 3188 / 6212

₹ 140

Email: chinthapublishers@gmail.com
Website: www.chinthapublishers.com

A version is available at National Libraries
Kolkata, Mumbai, Chennai and Delhi

Distribution
DESHABHIMANI BOOKHOUSE
H O Thiruvananthapuram 695035

Branch
Head OÅice Kunnukuzhi • Statue Thiruvananthapuram
KSRTC Bus Terminal Thampanoor • Saphalyam Complex Thiruvananthapuram
KSRTC Bus Station Alappuzha • KSRTC Bus Station Ernakulam
Machingal Lane Thrissur • IG Road Kozhikode
Mavoor Road Kozhikode • NGO Union Building Kannur
Central Bus Terminal Complex Thavakkara Kannur

ഫിന്നിഷ് വിശ്വകഥകൾ

പുനരാഖ്യാനം

സലാം എലിക്കോട്ടിൽ

ചിന്ത പബ്ലിഷേഴ്സ്
തിരുവനന്തപുരം–695 035

സലാം എലിക്കോട്ടിൽ

1950 ൽ അന്നത്തെ പാലക്കാട് ജില്ലയിലെ പെരിന്തൽമണ്ണ താലൂക്കിൽ ജനനം. കടന്നമണ്ണയിലും മങ്കടയിലുമായി സ്കൂൾ വിദ്യാഭ്യാസം. കാലിക്കറ്റ്, കേരള, മദിരാശി, ഉസ്മാനിയ, അലിഗഡ് സർവ്വകലാശാലകളിൽ ഉപരിപഠനം. എം എ, ബി എൽ, എം ഫിൽ, ഡി ജെ, ഡി പി എം. ഡൽഹിയിലും പത്തോളം സംസ്ഥാന തലസ്ഥാനങ്ങളിലുമായി വിവിധ സർക്കാർ വകുപ്പുകളിൽ സേവനം. കേന്ദ്രസർവ്വീസിൽ നിന്നും ഡയറക്ടറായി റിട്ടയർ ചെയ്തു.

സ്വതന്ത്ര പത്രപ്രവർത്തകനായിരുന്നു 40 വർഷങ്ങൾക്കിടെ നൂറിലധികം ഇംഗ്ലീഷ് പ്രസിദ്ധീകരണങ്ങളിലായി ആയിരത്തോളം ലേഖനങ്ങൾ. ഒരു ഡസൻ മലയാളം പത്രമാസികകളിലായി ആയിരത്തിലേറെ സൃഷ്ടികൾ വേറെയും. ഇംഗ്ലീഷിൽ പത്തും മലയാളത്തിൽ മുപ്പതും പുസ്തകങ്ങൾ പ്രസിദ്ധീകരിച്ചിട്ടുണ്ട്. ഇംഗ്ലീഷിലും, മലയാളത്തിലും, ഹിന്ദിയിലും എഴുതുകയും പ്രസംഗിക്കുകയും ചെയ്യുന്നു.

ഉള്ളടക്കം

ആമുഖം 7
കിട്ടാക്കനി 9
വിശുദ്ധനഗരം 16
സ്വർഗ്ഗത്തിലേക്കുള്ള വഴി 26
സ്വർണ്ണ സർപ്പം 31
പെരുവഴിയോരത്ത് 37
അപ്പൂപ്പൻ പറവകൾ 42
പേൻരാജാവ് 52
സാത്താന്റെ സന്തതി 56
അട്ടത്തൊരു കുട്ടകം 70
സത്യാന്വേഷി 75
മീശകൾ ഉണ്ടാകുന്നത് 86
മാന്ത്രികശില 91
ലൂക്കയും മുയലും 99

പ്രസാധകക്കുറിപ്പ്

ദേശകാലങ്ങളുടെ അടിസ്ഥാനത്തിൽ കഥകളും കാവ്യങ്ങളും വ്യത്യസ്തങ്ങളായി നിലകൊള്ളുന്നു ഓരോ ദേശത്തിന്റെയും സവിശേഷതകളെ പ്രതിഫലിപ്പിക്കുന്നവ ആയിരിക്കും അവിടത്തെ സാഹിത്യകൃതികൾ. ഫിൻലാൻഡ് ഏറെ സവിശേഷതകൾ ഉള്ള രാജ്യമാണ്. ഫിൻലാൻഡിലെ നാടോടിക്കഥകളെ കോർത്തിണക്കിയ ഗ്രന്ഥമാണ് *ഫിന്നിഷ് വിശ്വകഥകൾ*. ഫിൻലാന്റിൽ ഏറെ പ്രചാരമുള്ള ഈ കഥകൾ ഏവരെയും ആകർഷിപ്പിക്കാൻ പര്യാപ്തമായവയാണ്.

ചിന്ത പബ്ലിഷേഴ്സ്

ആമുഖം

മനുഷ്യനാഗരികതയുടെ ആരംഭം മുതല്ക്കേ നിലനിന്നുപോരുന്നവയാണല്ലോ നാടോടിക്കഥകളും യക്ഷിക്കഥകളും. വാമൊഴിയായി പ്രചരിച്ചുവന്ന ഇവയുടെ കാലമോ കർതൃത്വമോ കൃത്യമായി തിട്ടപ്പെടുത്താനാവുകയില്ല. പില്ക്കാലത്ത് പല എഴുത്തുകാരും തങ്ങളുടെ ജനപദങ്ങളിൽനിന്നും മറ്റും ഇത്തരം കഥകൾ ശേഖരിച്ചും പുനരാവിഷ്കരിച്ചും പ്രസിദ്ധരായിട്ടുണ്ട്. അതെന്തായാലും മനുഷ്യൻ എഴുത്തും അക്ഷരവും ആവിഷ്കരിക്കുന്നതിന് മുമ്പുതന്നെ പ്രചാരത്തിലുണ്ടായിരുന്ന ബാലകഥകൾ തന്നെയാണ് അറിയപ്പെടുന്ന ആദ്യത്തെ സാഹിത്യ ശാഖ. സഹസ്രാബ്ദങ്ങളായി നിലനില്ക്കുന്ന അനശ്വരകൃതികളിൽ മിക്കവയും ബാലസാഹിത്യം തന്നെ. കുട്ടികൾ മാത്രമല്ല മുതിർന്നവരും അവ വായിക്കുന്നവരിൽ ധാരാളമുണ്ട്.

പൗരസ്ത്യ കഥകളിൽ മിക്കവയും പ്രകൃതിനിയമത്തെ അനുധാവനം ചെയ്യുന്നവയും സംഭവ്യമായ ഇതിവൃത്തത്തിൽ ഒതുങ്ങിനില്ക്കുന്നവയുമായ യുക്തികഥകളാണ്. എന്നാൽ പാശ്ചാത്യ കഥകളിൽ മിക്കപ്പോഴും ഭൂതവും പ്രേതവും യക്ഷിയും രാക്ഷസനും എന്നുവേണ്ട മാലാഖയും ദൈവം വരെയും കടന്നുവരുന്നു. ഇത്തരം പ്രകൃത്യാതീത ശക്തികളെയും

പ്രതിഭാസങ്ങളെയും കൂട്ടുപിടിച്ച് ഗ്രന്ഥകാരൻ സാദ്ധ്യമാക്കുന്ന മായാ പ്രപഞ്ചവും അതിലെ അസംഭവ്യതകളുമാണ് അവിടങ്ങളിലെ വായനക്കാർക്കും പഥ്യമെന്നു തോന്നുന്നു.

നാടോടിക്കഥകളിൽ രചയിതാവിനെ അറിയാത്തവയും അലിഖിത രൂപത്തിൽ നിലനിന്നിരുന്നവയും മാത്രമല്ല ഉൾപ്പെടുന്നത്. പ്രമുഖരായ പല സാഹിത്യകാരൻമാരും സ്വന്തമായി യുക്തികഥകളും യക്ഷിക്കഥകളും നിർമ്മിച്ചു പ്രസിദ്ധീകരിച്ചിട്ടുണ്ട്. ടോൾസ്റ്റോയിതന്നെ ഇതിനു നല്ലൊരുദാഹരണമാണ്.

ഫിന്നിഷ് വിശ്വകഥകൾ എന്ന ഈ പുസ്തകത്തിലുൾപ്പെടുത്തിയിട്ടുള്ളതും അത്തരം കഥകളാണ്. ഉത്തരയൂറോപ്പിലെ സ്കാന്റിനേവിയൻ പ്രദേശത്തെ ഒരു രാജ്യമാണല്ലോ ഫിൻലന്റ്. അവിടത്തെ ഭൂമിശാസ്ത്രം, ചരിത്രം, നാടോടി സാഹിത്യ പരിസരം എന്നിവയെ അടിസ്ഥാനമാക്കിയാണ് കഥകൾ ചിട്ടപ്പെടുത്തിയിട്ടുള്ളത്. ഈ കഥകൾ കുട്ടികൾക്കും മുതിർന്നവർക്കും ഒരുപോലെ ഹൃദ്യമാകുമെന്ന ഉത്തമ വിശ്വാസത്തോടെ സഹൃദയ സമക്ഷം സവിനയം സമർപ്പിക്കുന്നു.

സലാം എലിക്കോട്ടിൽ

കിട്ടാക്കനി

കുഞ്ഞുന്നാളിലേ അച്ഛനമ്മമാർ മരിച്ചുപോയിരുന്നതിനാൽ തന്റെ മുത്തശ്ശിയുടെ സംരക്ഷണയിലായിരുന്നു മാരിയ വളർന്നത്. മുത്തശ്ശിക്കാണെങ്കിൽ അവളെ ജീവനായിരുന്നു. ഒരു ദിവസം പള്ളിക്കൂടത്തിൽനിന്നും തിരിച്ചെത്തിയ മാരിയ കണ്ടത് അസുഖം ബാധിച്ച് കട്ടിലിൽ കയറിക്കിടക്കുന്ന മുത്തശ്ശിയെയാണ്. അതവളെ അത്യന്തം സങ്കടപ്പെടുത്തി. തന്റെ മാതാപിതാക്കളെ ഓരോരുത്തരെയായി നഷ്ടപ്പെട്ട മാരിയയുടെ മനസ്സിൽനിന്നും മരണഭയം ഒട്ടും മാഞ്ഞിരുന്നില്ല. മുത്തശ്ശിയുടെ കിടപ്പു കണ്ടപ്പോൾത്തന്നെ മാരിയ വാവിട്ടു കരയാൻ തുടങ്ങി.

അതുകണ്ട് മുത്തശ്ശിക്കും സങ്കടമായി. അവളെ എന്തെങ്കിലും പറഞ്ഞു സമാധാനിപ്പിക്കണമല്ലോ. അതോർത്ത് അവർ മൊഴിഞ്ഞു:

"ജീവിതവും മരണവും ഒന്നും നമ്മുടെ കൈയിലല്ല. അങ്ങു ദൂരെ വടക്കുവടക്ക് ഒരു കരയിൽ ഒരു കിട്ടാക്കനിയുണ്ട്. അതു തിന്നാത്തവരൊക്കെ ഒരിക്കൽ മരിക്കും."

ഇത്രയും പറഞ്ഞ് അവർ പൊട്ടിച്ചിരിച്ചു. ആ തമാശയിൽ മാരിയയും പങ്കുചേരുമെന്നും ദുഃഖം വെടിയുമെന്നുമാണവർ കരുതിയത്. പക്ഷേ, അതുണ്ടായില്ല. പകരം ആ നിമിഷം മുതൽ കിട്ടാക്കനിയെക്കുറിച്ചായി മാരിയ യുടെ ചിന്ത. എങ്ങനെയെ

ങ്കിലും കിട്ടാക്കനി കൊണ്ടുവന്നു കൊടുത്താൽ അമരത്വം പ്രാപിച്ച് മുത്തശ്ശി തന്റെകൂടെ എന്നുമെന്നും ജീവിക്കുമല്ലോ എന്നാണവൾ ആഗ്രഹിച്ചത്. സമയം വൈകിയപ്പോൾ അവൾ ഒരു ചെറിയ പാത്രത്തിൽ മുത്തശ്ശിക്ക് കുറച്ചു ചൂടുസൂപ്പു ണ്ടാക്കിക്കൊടുത്തു. എന്നിട്ടു താനും അതിൽനിന്നു കഴിച്ചെന്നു വരുത്തി. മുത്തശ്ശിയുടെ പിറകിൽത്തന്നെ കമ്പിളി വിരിച്ചും പുതച്ചും കിടന്നു.

പക്ഷേ, കിട്ടാക്കനിയെക്കുറിച്ച് ചിന്തിച്ചുകൊണ്ടേയിരുന്ന മാരിയയ്ക്കു ഉറക്കം വന്നില്ല. മുത്തശ്ശി ഉറങ്ങി കൂർക്കംവലി തുടങ്ങിയപ്പോൾ മാരിയ ശബ്ദമുണ്ടാക്കാതെ എഴുന്നേറ്റു രോമക്കുപ്പായം എടുത്തണിഞ്ഞു കതകു മെല്ലെ തുറന്നു പുറത്തിറങ്ങി. പുറത്തു മരംകോച്ചുന്ന തണുപ്പ്. പക്ഷേ, അതു വകവെക്കാതെ അവൾ വടക്കു ലക്ഷ്യമാക്കി നടന്നു. നേരം വെളുക്കുമ്പോഴേക്കും അവൾ ഒരു കാടിനടുത്തെത്തിച്ചേർന്നിരുന്നു. ഇനിയെങ്ങോട്ടു പോകുമെന്നറിയാതെ അന്തിച്ചു നിന്ന മാരിയയുടെ മുന്നിലേക്ക് ഒരു പന്നി വന്നു ചാടി. സുന്ദരൻ, നല്ല വൃത്തിയുള്ളവൻ, അവൾ ആദ്യമായിട്ടായിരുന്നു ഒരു പന്നിയെ കാണുന്നത്. അതുപോലെ പന്നിയും ഒരു മനുഷ്യനെ കാണുന്നത് ആദ്യമായിട്ടായിരുന്നു.

അവർ രണ്ടുപേരും അന്യോന്യം അങ്ങനെ കുറേനേരം നോക്കിനിന്നു. തങ്ങൾ പരസ്പരം ശത്രുക്കളല്ലെന്നും സുഹൃത്തുക്കളാകാമെന്നും മാരിയയ്ക്കും പന്നിക്കും തോന്നിയതു കൊണ്ടായിരിക്കണം പന്നി മാരിയയുടെ അടുത്തുവന്നു ചോദ്യഭാവത്തിൽ അവളുടെ കണ്ണിലേക്കു നോക്കിനില്പായി.

മറ്റൊരു പോംവഴിയും കാണാതിരുന്ന മാരിയ പന്നിക്കുട്ടനെ തന്റെ ആഗമനോദ്ദേശ്യം ധരിപ്പിച്ചു. മുത്തശ്ശി പറഞ്ഞ കിട്ടാക്കനി തേടിയുള്ള യാത്രയാണ്. വഴി അറിയില്ല.

അല്പം ആലോചിച്ചു പന്നിക്കുട്ടൻ പറഞ്ഞു:

"ദാ ഈ കാടിനപ്പുറം ചെങ്കുത്തായ ഒരു മലയുണ്ട്. ഒരുപക്ഷേ, അതിനപ്പുറമായിരിക്കണം മുത്തശ്ശി പറഞ്ഞ കര. കുത്തനെയുള്ള ആ മല ഒരു മൃഗത്തിനുപോലും കയറാൻ

കഴിയില്ല. പക്ഷേ, മയിലുകൾ അതിന്റെ ഉത്തുംഗ ശൃംഗത്തിലേക്ക് പറക്കുന്നതു കണ്ടിട്ടുണ്ട്."

എങ്കിലെന്നെ കാടുകടത്തി മലയടിവാരത്തിലെത്തിച്ചു തരുമോ? എന്നായി മാരിയ. തന്റെ നിബന്ധന അംഗീകരിച്ചാൽ അതാവാമെന്നായി പന്നി. ഹിംസമൃഗങ്ങൾ നിറഞ്ഞ കാടാണ്. അവയുടെ കണ്ണിൽപെടാതെ കാടുമുറിച്ചു കടക്കാനുള്ള രഹസ്യവഴികൾ തനിക്കറിയാം. പക്ഷേ, ആ മൃഗങ്ങൾ തന്റെയും ശത്രുക്കളാണ്. അവയുടെ ആക്രമണത്തിൽനിന്നും ഇതുവരെ കഷ്ടിച്ചു ജീവൻരക്ഷിച്ചു ജീവിച്ചു. കിട്ടാക്കനിയുടെ ഒരു കഷണം കിട്ടിയാൽ തനിക്കു വേട്ടമൃഗങ്ങളിൽനിന്നും രക്ഷപ്പെടാമെന്നറിയാം.

തന്നെ സുരക്ഷിതമായി കാടിന്റെ മറുകരയിലെത്തിച്ചാൽ കിട്ടാക്കനിയിൽനിന്നും ഒരു പൂളുതരാമെന്ന് മാരിയ വാഗ്ദാനം ചെയ്തു. അങ്ങനെ അവർ കാടിന്റെ മറ്റേയറ്റത്തെത്തുകയും ചെയ്തു.

അപ്പോഴാണ് ഒരു വൻപാറ മതിൽപോലെ തങ്ങളുടെ മുന്നിൽ കുത്തനെ ഉയർന്നുനില്ക്കുന്നത് മാരിയയുടെ കണ്ണിൽപെട്ടത്. അതുകണ്ട് ഒരുനിമിഷം അവളുടെ ശ്വാസം നിലച്ചുപോയി.

അതിനകംതന്നെ പന്നിക്കുട്ടൻ അവിടെനിന്നും തിരോധാനം ചെയ്തിരുന്നു. എങ്കിലും അവൻ പറഞ്ഞിരുന്നതുപോലെ ആകാശത്ത് ഉയർന്നു പറക്കുന്ന പടുകൂറ്റൻ മയിലുകളെ മാരിയയ്ക്കു കാണാനായി. അവർ ഇടയ്ക്കിടെ പർവ്വത പ്രാന്തത്തിൽ പറന്നിറങ്ങുകയും ഉടനെതന്നെ കൊടുമുടിയിലേക്ക് വായുവേഗത്തിൽ സഞ്ചരിക്കുകയും ചെയ്യുന്നുണ്ട്.

അതങ്ങനെ നോക്കിനില്ക്കുമ്പോൾ മാരിയയുടെ മുന്നിൽ ഒരു കൂറ്റൻ മയിൽ പറന്നിറങ്ങി. അല്പസമയത്തിനകം അവർ പരസ്പരം പരിചിതരാവുകയും ചെയ്തു.

തന്റെ ആഗമനോദ്ദേശ്യം മാരിയ അറിയിച്ചപ്പോൾ മയിൽ പറഞ്ഞു:

"കിട്ടാക്കനിയുടെ ഒരു കഷണം ഞങ്ങൾക്കും വേണം. ജീവിതാവിർഭാവം മുതല്ക്കേ ഞങ്ങൾ മയിലുകൾ ആകാശ

ത്തിൽ പറന്നുനടക്കുന്നു, ഒരു വിശ്രമവുമില്ലാതെ. ഭൂമിയിലെ ഇതര പ്രദേശങ്ങളിൽനിന്നും കല്ലും മണ്ണും ശേഖരിച്ച് ഈ പർവ്വതത്തിന് ശക്തികൂട്ടുകയും ഉയരം വർദ്ധിപ്പിക്കുകയുമാണ് ഞങ്ങളുടെ ലക്ഷ്യം. അല്ലെങ്കിൽ മലയ്ക്കപ്പുറം അനുനിമിഷം പൊങ്ങിക്കൊണ്ടിരിക്കുന്ന വൻകടൽ ഇങ്ങോട്ടു കവിഞ്ഞൊഴുകും. അതോടെ ഭൂമിയിലെ ജീവജാലങ്ങളൊക്കെ നാമാവശേഷമാവും."

മയിൽ ദയനീയ സ്വരത്തിൽ അവയുടെ ജീവിതയത്നത്തിന്റെ രഹസ്യം പറഞ്ഞുനിർത്തി. ഇനിയും നിരന്തരം പാറക്കല്ലുകൾ ശേഖരിക്കുന്നതിൽനിന്നുമുള്ള ഒരല്പം വിശ്രമമാണ് തങ്ങൾക്കു വേണ്ടത്. അതിനുള്ള വഴി കണ്ടെത്തണം. അഭീഷ്ട സാദ്ധ്യത്തിനായുള്ള മഹാവരദാനമാണല്ലോ കിട്ടാക്കനി. അത് വാഗ്ദാനം ചെയ്തപ്പോൾ മയിൽ തന്റെ പുറത്തിരുത്തി മാരിയയെ പർവ്വതാഗ്രത്തിലെത്തിച്ചു. നിരപ്പായിക്കിടക്കുന്ന അവിടെനിന്നും താഴോട്ടു നോക്കിയാൽ ഭൂലോകം മുഴുവൻ കാണാം. എങ്കിലും നേരെ എതിർവശത്തു കരകാണാക്കടൽ പരന്നുകിടക്കുന്നു.

മയിലിന്റെ പുറത്തുനിന്നും ഊർന്നിറങ്ങിയ മാരിയയോട് അവിടുത്തെ രഹസ്യം മയിൽ വിസ്തരിച്ചു. ആ കടലിൽ ഭീമാകാരനായ ഒരു ആമയുണ്ട്. അതു പ്രതിദിനം വലുതായിക്കൊണ്ടിരിക്കുന്നു. ഇതിനകം ആ ജീവി ഒരു പർവ്വതത്തിന്റെ വലിപ്പം പ്രാപിച്ചിരിക്കുന്നു. അനന്തമായ വളർച്ചമൂലം അതു മറ്റു ജീവികൾക്കും പർവ്വതത്തിനും കടലിനുതന്നെയും ഭീഷണിയായിരിക്കുന്നു.

കടൽക്കരയിൽ മയിലുമായി മാരിയ സംസാരിച്ചുനില്ക്കേ ആമ അവർക്കടുത്തായി പൊങ്ങിവന്നു. കിട്ടാക്കനി തനിക്കറിയാമെന്നും അതു കടലിനക്കരെയാണുള്ളതെന്നും അവിടെ താൻ മാരിയയെ എത്തിക്കാമെന്നും ആമ വാക്കുകൊടുത്തു. പക്ഷേ, അതിന്റെ ഒരുഭാഗം തനിക്കു നല്കണം. ശരീരം ചെറുതായാലേ തനിക്കു ജീവിക്കാനാവൂ. കടലും നിലനില്ക്കുകയുള്ളൂ.

ആമയുടെ നിബന്ധനയോട് മാരിയയ്ക്ക് എതിർപ്പുണ്ടാ

യിരുന്നില്ല. ചുരുക്കിപ്പറയട്ടെ, അവൾ ആമപ്പുറത്തേറി കടൽകടന്ന് കിട്ടാക്കനി കണ്ടുപിടിച്ച് അതുമായി പോയവഴിയേതന്നെ ആമയുടെ സഹായത്താൽ തിരിച്ചെത്തി. കരയിൽ എത്തിയതും മയിൽ അവിടെ പറന്നെത്തി. പിന്നെ സമയം കളയാതെ കിട്ടാക്കനിയുടെ ഒരു കഷണമെടുത്ത് ആമയ്ക്കെറിഞ്ഞുകൊടുത്തു. മഹാമേരു പ്രകൃതനായ ആമ അതു വിഴുങ്ങുന്നതും ഒരു നിമിഷത്തിനകം അത് ചുരുങ്ങിച്ചുരുങ്ങി ഇന്നു നാം കാണുന്ന വലിപ്പത്തിലെത്തി നില്ക്കുന്നതും മാരിയ ആകാശ സഞ്ചാരത്തിനിടെ കണ്ടു. മാത്രമല്ല അതിന്റെ കൂടെ സമുദ്രത്തിലെ ജലം താഴ്ന്നുതാഴ്ന്ന് ഉറഞ്ഞു കട്ടിയാവുന്നു. ആമ അതുവരെ കടലിനു പകർന്നിരുന്ന ഊഷ്മാവ് നഷ്ടപ്പെട്ടതാണ് അത് ആർട്ടിക് ഉത്തരധ്രുവ ഹിമാവൃതവൻകരയായി മാറാൻ കാരണം. അതിനകം ആമ ഹിമകണങ്ങളിൽ നിന്നും പുറത്തുചാടി രക്ഷപ്പെട്ടിരുന്നു. അങ്ങനെയാണ് ആമകൾ കരയിലും കടലിലും ഒരുപോലെ ജീവിക്കാൻ സജ്ജരായത്.

മയിലിന്റെ പുറത്തേറി താഴ്വരയിലിറങ്ങിയ മാരിയ ആ പടുകൂറ്റൻ പക്ഷിക്കു നന്ദിപറഞ്ഞു പോകാനൊരുങ്ങി. അതിനായി അവിടെയൊക്കെ പന്നിക്കുട്ടനുവേണ്ടി പരതുന്നതിനിടെ അവൻ അവിടെ പ്രത്യക്ഷപ്പെട്ടു.

“എനിക്കുള്ള പ്രതിഫലം തന്നില്ല,” മയിൽ മാരിയയോടു പരാതിപ്പെട്ടു. “അതു കിട്ടിയിട്ടുവേണം ഒന്നു വിശ്രമിക്കാൻ. കടൽ താഴ്ന്നുറഞ്ഞു കട്ടിയായതിനാൽ ഇനി പർവ്വതം പണിതുകൊണ്ടേയിരിക്കേണ്ടതില്ലല്ലോ.”

അതുകേട്ടു കിട്ടാക്കനിയിൽനിന്നും മറ്റൊരു കഷണമെടുത്തു മാരിയ മയിലിനെറിഞ്ഞു കൊടുത്തു. ആ വൻപക്ഷി അതു കൊത്തിയെടുത്തു വിഴുങ്ങിപ്പറന്നു. പക്ഷേ, അടുത്ത മരത്തിന്റെ ചില്ലയിൽ പിടികിട്ടുന്നതിനു മുമ്പേ അതു തളർന്നു വീഴുന്നത് പന്നിപ്പുറത്തിരുന്ന് കുഞ്ഞു മാരിയ ശ്രദ്ധിച്ചു. മയിൽ ഇപ്പോൾ ഒരു ചെറിയ പക്ഷിയായി രൂപാന്തരപ്പെട്ടിരിക്കുന്നു. മാത്രമല്ല അതിന്റെ ബലഹീനമായ ചിറകുകൾക്കു തന്റെ സൂക്ഷ്മശരീരം പോലും താങ്ങാനുള്ള ശക്തി നഷ്ടപ്പെ

ട്ടിരിക്കുന്നു. അങ്ങനെ മയിലിന്റെ ഇനിയെന്നും വിശ്രമിക്കണമെന്ന ആഗ്രഹവും നടന്നുകിട്ടി.

കാനനം മുറിച്ചുകടന്ന മാരിയയും പന്നിയും ഗ്രാമാതിർത്തിയിലെത്തി. എന്നിട്ടു പന്നിയുടെ മുതുകിൽനിന്നും താഴെയിറങ്ങിയ മാരിയ പന്നിക്കുട്ടനെ വീട്ടിലേക്കു ക്ഷണിച്ചു. അതുവരെയാരും കണ്ടിട്ടില്ലാത്ത ആ സുന്ദരൻ കുട്ടനെ നാട്ടുകാരെല്ലാം ഒന്നു കണ്ടാസ്വദിക്കട്ടെ, അവൾ കരുതി.

അതിനൊന്നും അവനു വിരോധമുണ്ടായിരുന്നില്ല. പക്ഷേ, അതിനുമുമ്പ് തനിക്കുള്ള കിട്ടാക്കനിക്കഷണം കിട്ടണം. എന്നിട്ടുവേണം ഒരിക്കലും ശത്രുക്കളുടെ ആക്രമണമേല്ക്കാതെ ജീവിക്കാൻ.

പറഞ്ഞതുപോലെ മാരിയ കിട്ടാക്കനി അവന്റെ നേരെ നീട്ടി. അത്യാഗ്രഹിയായ അവൻ അതുമുഴുവൻ കടിച്ചുപറിച്ചു. ബാക്കി വന്ന അണ്ടിമാത്രം അവൾക്കിട്ടുകൊടുത്തു. അവൾ അതു പെറുക്കുന്നതിനിടെ അവന്റെ രൂപം വൃത്തികെട്ടതായി മാറി. മാത്രമല്ല അവൻ അടുത്തുകണ്ട തൊഴുത്തിനു പിന്നിലെ ചാണകക്കുഴിയിലേക്കു ചാടി. ആ മാലിന്യത്തിലും ദുർഗ്ഗന്ധത്തിലും അവൻ അതിസന്തോഷത്തോടെ കിടന്നു മറിഞ്ഞു.

"ഇനിയാരും എന്നെ ഉപദ്രവിക്കാൻ ഇവിടെ വരില്ലല്ലോ." അവൻ വീരവാദം മുഴക്കി. അതുകണ്ടു മാരിയ മൂക്കുപൊത്തി.

മുറ്റത്തെ ബഹളംകേട്ടു മാരിയയുടെ മുത്തശ്ശി വാതിൽ തുറന്നു പുറത്തിറങ്ങി. ആ നിമിഷമാണ് തന്റെ കൈയിൽ ബാക്കി വന്നിരിക്കുന്നത് വിത്തുമാത്രമാണെന്നവൾ സങ്കടത്തോടെ ഓർത്തത്. എന്നിട്ടു കരഞ്ഞുകൊണ്ട് അവൾ നടന്നതൊക്കെ അമ്മൂമ്മയ്ക്ക് വിശദീകരിച്ചു കൊടുത്തു. അതു കേട്ടു കഴിഞ്ഞപ്പോൾ എല്ലാം അറിയുന്നവളെപ്പോലെ ആ വൃദ്ധ അവളെ ആശ്ലേഷിച്ചു.

"മാരിയ, യഥാർത്ഥത്തിൽ കിട്ടാക്കനി നിന്റെ കൈയിലിരിക്കുന്ന ഈ വിത്താണ്. നീ പലർക്കുമായി വിതരണം ചെയ്ത മാംസളഭാഗങ്ങൾ ഓരോരുത്തരും ചെയ്ത പ്രവർത്തിക്കുള്ള പ്രതിഫലമായിരുന്നു. അതിന്റെ ഗുണം ഒരുതരത്തിൽ അവർക്കു കിട്ടി. ഇതുകൊണ്ടുപോയി മണ്ണിൽ

നടുക. യഥാകാലം അതു വളർന്നു വളർന്നു വലിയൊരു മരമാകും. അത് പൂക്കുന്നതും കായ്ക്കുന്നതും നോക്കിയും അതിൽ പ്രതീക്ഷയർപ്പിച്ചും മനുഷ്യൻ തലമുറകളിലൂടെ ജീവിച്ചുകൊണ്ടിരിക്കും. അതാണ് പ്രതീക്ഷാ മരം. ഒരിക്കലും പൂവിടാത്ത കായ്ക്കാത്ത സ്വപ്ന വൃക്ഷം," മുത്തശ്ശി പ്രതിവചിച്ചു.

മുത്തശ്ശി പറഞ്ഞവസാനിപ്പിച്ചപ്പോൾ മാരിയ ഒരു കൈയിൽ കൈക്കോട്ടും മറുകൈയിൽ ഒരുപാത്രം വെള്ളവുമെടുത്ത് തൊടിയിലെ ഒരു മൂലയിലേക്കു പോയി. എന്നിട്ട് അവിടെ ആ കിട്ടാക്കനി വിത്ത് നട്ടു നനച്ചു തിരിച്ചു വീട്ടിലെത്തിയ മാരിയ ആ വിവരം അറിയിക്കാനായി മുത്തശ്ശിയെ എല്ലായിടത്തും തിരക്കി.

അവർ അപ്പോൾ അവിടെയെങ്ങും ഉണ്ടായിരുന്നില്ല.

വിശുദ്ധനഗരം

അതിപുരാതനകാലത്ത് ലോകത്ത് നാലു നഗരങ്ങളേ ഉണ്ടായിരുന്നുള്ളുവത്രെ. അവയിൽ പ്രധാനമായിരുന്നു ഫിൻലന്റിലെ സൈമാനഗരം. വിശുദ്ധ നഗരം എന്നറിയപ്പെട്ടിരുന്ന സൈമാ ഭരിച്ചിരുന്നത് ലിയൊ എന്ന നീതിമാനായ രാജാവായിരുന്നു. അതിനാൽത്തന്നെ സൈമാനിവാസികൾ സന്തോഷത്തോടെയും സാഹോദര്യത്തോടെയുമാണ് ജീവിച്ചുവന്നത്.

എന്നാൽ സൈമാരാജ്യത്തെ സമാധാനവും ഐശ്വര്യവുമൊന്നും മറ്റു മൂന്നു നഗരങ്ങളിലെയും അധിപതികൾക്കു രസിച്ചിരുന്നില്ല. ആ മൂന്നു പ്രദേശങ്ങളും ഭരിച്ചിരുന്നത് ഔഗർ എന്ന കുലത്തിൽപെട്ട മൂന്നു രാക്ഷസൻമാരായിരുന്നു. അവരിൽ മൂത്തവനായ സൂര്യരാജ് സൂര്യനെ തന്റെ അടിമയാക്കിവെച്ച് അതിന്റെ കോപവും താപവും ഉപയോഗിച്ച് സൂര്യനഗരം എന്ന തന്റെ പട്ടണത്തിലെ ജനങ്ങളെ പീഡിപ്പിച്ചു ഭരിച്ചു.

രണ്ടാമത്തെ രാക്ഷസ സഹോദരൻ മേഘരാജ് മേഘങ്ങളുടെ മേൽ തന്റെ ആധിപത്യം പുലർത്തി മഴ തടഞ്ഞ് വരൾച്ച വരുത്തിയും അതിവൃഷ്ടിയിലൂടെ വെള്ളപ്പൊക്കം ഉണ്ടാക്കിയും മേഘനഗരം എന്ന പ്രദേശം ബലാൽക്കാരേണ ഭരിച്ചു.

ഏറ്റവും ഇളയവനായ വായുരാജ് പ്രകൃതിശക്തികളെ

അടക്കിവാഴുന്നതിൽ നിപുണനായിരുന്നു. കാറ്റിന്റെ യജമാനനായിരുന്ന അയാളുടെ രാജ്യമായിരുന്നു വായുനഗരം. മനുഷ്യകുലത്തെ മുഴുവൻ നരകത്തിലെത്തിക്കുക എന്ന വ്രതമെടുത്ത സാത്താനായിരുന്നു അവർ മൂവരുടെയും നേതാവ്.

അങ്ങനെയിരിക്കെ അവർ ഒരിക്കൽ ഒത്തുകൂടി സൈമാ നഗരത്തെ ആക്രമിച്ചു കീഴടക്കാൻ തീരുമാനിച്ചു. തങ്ങളുടെ രാജ്യത്തെ ജനങ്ങളെ ബലാൽക്കാരേണ ദുഷ്ചെയ്തികൾ ചെയ്യാൻ പ്രേരിപ്പിച്ച് നരകത്തിലേക്കയക്കാനുള്ള ശ്രമത്തിൽ അവർ വിജയിച്ചുകൊണ്ടിരുന്നെങ്കിലും പ്രജാവത്സലനായ ലിയൊ രാജാവു ഭരിക്കുന്ന സൈമായിലെ നല്ലവരായ ജനങ്ങൾ ഒന്നടങ്കം സ്വർഗ്ഗത്തിലേക്കു തന്നെയായിരുന്നു പൊയ്ക്കൊണ്ടിരുന്നത്.

അതുകണ്ട് അമർഷംപൂണ്ട വായുരാജാവ് സഹോദരന്മാരോട് പറഞ്ഞു:

“സൈമായിലെ ജനങ്ങളെ ഞാൻ അവിടെനിന്നും ആട്ടിപ്പായിക്കും. തുടർന്നവർ നമ്മുടെ നഗരങ്ങളിൽ അഭയം പ്രാപിക്കുമ്പോൾ അവരെക്കൊണ്ട് നമുക്ക് ദുഷ്കർമ്മങ്ങൾ ചെയ്യിപ്പിക്കാം. അതോടെ ദൈവത്തിന് സ്വർഗ്ഗാവകാശികൾ ഇല്ലാതാവും.”

കുഞ്ഞനിയന്റെ തീരുമാനം ജ്യേഷ്ഠൻമാർക്കും സമ്മതമായിരുന്നു. അങ്ങനെ സൈമാ പട്ടണത്തെ നിലംപരിശാക്കാനുള്ള തന്റെ പദ്ധതി ഒരു കത്തിലൂടെ ലിയൊ രാജാവിനെ വായുരാജ് അറിയിച്ചു:

“ഇന്നേക്കു കൃത്യം പത്താം ദിവസം സമുദ്രത്തിൽനിന്നും ഒരു കൊടുങ്കാറ്റ് സൈമയിൽ വീശിയടിക്കും. അതിന്റെ മാരകശക്തിയിൽ മരങ്ങൾ കടപുഴകി വീഴും. വീടുകൾ നിലംപൊത്തും. വാഹനങ്ങളും കന്നുകാലികളും പറപറക്കും.”

കത്തിലെ ഉള്ളടക്കം ലിയൊ രാജാവിനെ നടുക്കി. ഔഗർ സഹോദരന്മാരെ നന്നായറിയാവുന്നതിനാൽ അവരുമായി സംഭാഷണത്തിനോ സന്ധിക്കോ തുനിയുന്നതിൽ അർത്ഥമില്ലെന്ന് അദ്ദേഹത്തിനുറപ്പായിരുന്നു.

വായുരാജാവിന്റെ ഭീഷണി അറിഞ്ഞതോടെ സൈമാ നഗരവാസികൾ ഭയചകിതരായി.

"ജീവനു രക്ഷവേണമെങ്കിൽ വായുനഗരത്തിലേക്കു പോവുകതന്നെ. വായുശക്തിക്കെതിരെ എന്ത് ആയുധമാണ് നമ്മുടെ ലിയൊ രാജാവിന്റെ കൈയിലുള്ളത്? അങ്ങനെ പോയി സൈമായിലെ മൂന്നിലൊന്നു ജനങ്ങളുടെയും പ്രതികരണം. അപ്രകാരം വായുരാജ് അനുവദിച്ച പത്തു ദിവസത്തിനകംതന്നെ അവർ സൈമാ വിട്ടു വായുനഗരത്തിലെത്തിച്ചേർന്നു.

ഇതെല്ലാം അറിഞ്ഞും അറിയാതെയും സൈമാ നഗരത്തിൽ മൂന്നു കൊച്ചു സഹോദരൻമാർ ജീവിക്കുന്നുണ്ടായിരുന്നു. അവരിൽ മൂത്തവനായ ഇക്കിക്ക് പതിനഞ്ചു വയസ്സേ ഉണ്ടായിരുന്നുള്ളൂ. മാത്രവുമല്ല അവൻ അന്ധനുമായിരുന്നു. പന്ത്രണ്ടു വയസ്സുള്ള ജാനിക്കു ചെവികേൾക്കുമായിരുന്നില്ല. ഏറ്റവും ഇളയവനായ സെപ്പാനന് ഘ്രാണശക്തി ഒട്ടുമുണ്ടായിരുന്നില്ല. സർവ്വോപരി മൂന്നു കുഞ്ഞുങ്ങളുടെയും കാലുകൾ തളർന്നുപോയിരുന്നതിനാൽ അവർക്കു അരയ്ക്കുതാഴെ ചലനശേഷിയുമുണ്ടായിരുന്നില്ല. അതിനാൽ മൂവരുടെയും ലോകം അവർ കിടന്നിരുന്ന ഒരു കട്ടിൽ മാത്രമായിരുന്നു.

തങ്ങളുടെ മൂന്നുമക്കളും ശാരീരിക വൈകല്യമുള്ളവരായിരുന്നതിനാൽ അത്യധികം ദുഃഖിച്ചാണ് അവരുടെ മാതാപിതാക്കൾ കഴിഞ്ഞിരുന്നത്. എങ്കിലും അവർക്കു ചില മാന്ത്രികശക്തികളും ലഭിച്ചിരുന്നു. അക്കാര്യം മറ്റാർക്കും അറിയാമായിരുന്നില്ലെന്നു മാത്രം.

വായുരാജിന്റെ താക്കീതു കേട്ടപ്പോൾ കുട്ടികളുടെ അച്ഛനമ്മമാർ സൈമാനഗരം വിട്ടുപോകാൻ തീരുമാനിച്ചു. മക്കളെ കൂടെക്കൂട്ടിയാൽ വലിയ ബാദ്ധ്യതയാകുമെന്നു കണ്ട് മൂവരും ഉറങ്ങിക്കിടക്കുമ്പോൾ അവരെ അട്ടത്തു കയറ്റിക്കിടത്തി രക്ഷിതാക്കൾ ഇരുട്ടിന്റെ മറപറ്റി പതിയെ രക്ഷപ്പെട്ടു. എങ്കിലും ചലനശേഷിയില്ലാത്ത മക്കളെക്കരുതി തട്ടിൻപുറത്തുതന്നെ അവർക്കു കുറേദിവസം കഴിയാനുള്ള അപ്പവും വീഞ്ഞും വെള്ളവും ഒരുക്കിയിരുന്നു.

അടുത്ത ദിവസം ഏറെക്കഴിഞ്ഞിട്ടും അച്ഛനമ്മമാരെ കാണാത്തതിനാൽ ഇക്കിയും ജാനിയും സെപ്പാനനും പരിഭ്രാന്തരായി. അവസാനം ഇക്കി സെപ്പാനനോടു പറഞ്ഞു:

“നിനക്കു ഘ്രാണശക്തിയില്ലെങ്കിലും ആയിരക്കണക്കിനു മൈലുകൾ ദൂരെയുള്ള കാര്യങ്ങൾ മണത്തറിയാൻ കഴിയുമല്ലോ. അതിനാൽ വായുരാജിന്റെ ശ്രമം ഏതുവരെയായി എന്നു പരിശോധിക്കുക.”

സെപ്പാനൻ അതുപ്രകാരം തന്റെ അത്ഭുതശക്തി ഉപയോഗിച്ച് അതിവിദൂരത്തെ കാറ്റു ശ്വസിച്ചുനോക്കി.

“വായുരാജ് കടലിൽനിന്നും കൊടുങ്കാറ്റുയർത്തിക്കഴിഞ്ഞു. അത് അതിശീഘ്രം സൈമാപട്ടണത്തെ ലക്ഷ്യമാക്കി നീങ്ങിക്കൊണ്ടിരിക്കുന്നു.” സെപ്പാനൻ അറിയിച്ചു.

“എങ്കിൽ അതു പട്ടണകവാടത്തിൽ എത്തുന്നത് കാത്തിരിക്കുക. അപ്പോൾ പരിഹാരം ചെയ്യാം.”ജാനി അനിയനെ ഉപദേശിച്ചു.

ഏതു കൊടുങ്കാറ്റിനെയും തന്റെ ശ്വാസകോശത്തിലേക്കു വലിച്ചെടുക്കാനുള്ള സിദ്ധി സെപ്പാനനുണ്ടെന്ന രഹസ്യം മറ്റു രണ്ടു സഹോദരന്മാർക്കു മാത്രമേ അറിയാമായിരുന്നുള്ളു.

അധികം വൈകാതെ വായുരാജ് അയച്ച കൊടുങ്കാറ്റ് സൈമാപട്ടണത്തിന്റെ പ്രാന്തപ്രദേശത്തെത്തി. അതു മനസ്സിലായതോടെ സെപ്പാനൻ തന്റെ നാസാരന്ധ്രങ്ങൾ തുറന്നു. പെട്ടെന്ന് നഗരത്തിൽ വീശിയടിക്കാനെത്തിയ കാറ്റുമുഴുവൻ അവന്റെ ശ്വാസകോശത്തിൽ ഓടിയെത്തിയൊതുങ്ങി. അങ്ങനെ നഗരകവാടം കടക്കുന്നതിന് മുമ്പുതന്നെ കൊടുങ്കാറ്റ് ഒരു മന്ദമാരുതനായി പരിണമിച്ചു.

കൊടുങ്കാറ്റിനു പിന്നിലായി വന്നിരുന്ന വായുരാജിന് തന്റെ മുന്നിൽ നടക്കുന്നത് വിശ്വസിക്കാനായില്ല. തന്റെ തൃക്കണ്ണുപയോഗിച്ച് അവൻ സെപ്പാനന്റെ രഹസ്യം കണ്ടുപിടിച്ചു. കോപാന്ധനായ വായുരാജ് ഉടനെ സൈമാനഗരത്തിൽ പ്രവേശിച്ച് സെപ്പാനന്റെ വീടിനുനേരെ കുതിച്ചു. അതുകണ്ട് ആയിരക്കണക്കിനു പട്ടണവാസികളും ആ ഭീകരന്റെ പിന്നാലെ കൂടി.

വായുരാജിന്റെ വരവുകണ്ട് ഇക്കിയും ജാനിയും പരിഭ്രാന്ത രായി. പ്രതീക്ഷിച്ചപോലെ സെപ്പാനന്റെ അടുത്തെത്തിയ ഔഗർ അധിപതി അവനെ ഒറ്റക്കൈയിൽ തൂക്കിയെടുത്ത് അട്ടഹസിച്ചു. എന്നിട്ടു മനുഷ്യമാംസം ഭക്ഷിക്കുന്ന ആ രാക്ഷസൻ അവനെ ഒറ്റയടിക്കു വിഴുങ്ങാനായി തന്റെ മുഖത്തേക്കടുപ്പിച്ചു. ആ ക്രൂരകൃത്യം കണ്ടുനിന്ന ജനങ്ങൾ ഒന്നടങ്കം നിലവിളിച്ചു.

പക്ഷേ, സെപ്പാനനിൽ ഒരു ഭാവമാറ്റവും ദർശിക്കാനായില്ല. പകരം അവൻ ആ നിമിഷത്തെ പ്രതീക്ഷിക്കുകയായിരുന്നെന്നു തോന്നി. അവന്റെ ശക്തിയറ്റ ശരീരം രാക്ഷസരാജാവിന്റെ മുഖത്തെത്തിയതും സെപ്പാനൻ അതുവരെയും ശ്വാസകോശ ത്തിൽ ഒളിപ്പിച്ചുവെച്ചിരുന്ന മുഴുവൻ കൊടുങ്കാറ്റും ഒറ്റയടിക്കു പുറത്തുവിട്ടു. അതു ഒരു ചുഴലിക്കാറ്റായി പരിണമിച്ചു വായുരാജിനെ ആകാശത്തിലേക്കെടുത്തെറിഞ്ഞു. അനന്ത വിഹായസ്സിൽ അപ്രത്യക്ഷനായ വായുരാജ് കുറേക്കഴിഞ്ഞ് നഗരകവാടത്തിന് പുറത്ത് നിലംപതിച്ചു. പാറക്കൂട്ടങ്ങൾ ക്കുമേൽ തലപൊട്ടിവീണ ആ രാക്ഷസൻ രക്തം വാർന്ന് ജീവൻ വെടിഞ്ഞു.

ആ രംഗം കണ്ട് ഉന്മത്തരായ ജനങ്ങൾ സെപ്പാനനെ വാരിയെടുത്ത് ആർത്തുല്ലസിച്ചു നഗരം ചുറ്റാൻ തുടങ്ങി. ആ വിവരമറിഞ്ഞ് അവിടെയെത്തിയ ലിയൊരാജാവ് സെപ്പാനനെ വായുനഗരത്തിലെ രാജാവായി പ്രഖ്യാപിച്ച് അവനെ അങ്ങോട്ടേക്കയച്ചു. അനേകായിരം ജനങ്ങളുടെ അക മ്പടിയോടെ വായുനഗരത്തിൽ പ്രവേശിച്ചതും സെപ്പാനനു ഘ്രാണശക്തി തിരിച്ചുകിട്ടുകയും അവന്റെ തളർന്ന ശരീരം പൂർവ്വസ്ഥിതിയിലാവുകയും ചെയ്തു. അവനെ തളർത്തി യിരുന്ന വായുരാജിന്റെ മാന്ത്രികശക്തി നശിച്ചതുതന്നെ യായിരുന്നു അതിനു കാരണം. എങ്കിലും അതോടെ അതിവിദൂരത്ത് നടക്കുന്ന കാര്യങ്ങൾ മണത്തറിയാനുള്ള സെ പ്പാനന്റെ അപൂർവ്വ ശക്തിയും അപ്രത്യക്ഷമായി.

സെപ്പാനൻ വായുനഗരത്തിലെ രാജാവായതോടെ അവിടെ

ദുഷ്കർമ്മങ്ങൾ അവസാനിച്ചു. ശാന്തിയും സമാധാനവും പുനഃസ്ഥാപിക്കപ്പെട്ടു.

ഇതെല്ലാംകണ്ടു ക്രുദ്ധരായിരിക്കുകയായിരുന്നു സൂര്യ രാജും മേഘരാജും. തങ്ങളുടെ സഹോദരനെ വധിച്ചതിനും വായുനഗരം വിമോചിപ്പിച്ചതിനും ലിയൊ രാജാവിനോട് പ്രതികാരം ചെയ്യാൻ അവർ തീരുമാനിച്ചു.

"ചേട്ടൻ വെറുതെയിരിക്കണം. പേമാരിയും വെള്ളപ്പൊക്കവും കൊണ്ട് ഞാൻ സൈമാനഗരം പൂർണ്ണമായും നശിപ്പിക്കുന്നുണ്ട്," മേഘരാജ് ആക്രോശിച്ചു. ഉടനെ ആ വിവരം വെച്ച് ലിയൊരാജാവിന് ഒരു കത്ത് കൊടുത്തയക്കുകയും ചെയ്തു.

കത്തിലെ വിവരമറിഞ്ഞ് നഗരത്തിൽ ശേഷിച്ച ജനങ്ങളും പരിഭ്രാന്തരായി. ജീവനെങ്കിലും രക്ഷിക്കാമെന്ന പ്രതീക്ഷയിൽ മേഘനഗരത്തിൽ അഭയം പൂകാൻ പലരും തയ്യാറായി. ജീവൻ വെടിഞ്ഞാലും പാപപങ്കിലമായ നഗരത്തിൽ പോകാൻ തയ്യാറല്ലാത്തവർ മാത്രമാണ് സൈമായിൽ അവശേഷിച്ചത്.

അപ്പോഴും ആരുമറിയാതെ തട്ടിൻപുറത്തു കഴിയുകയായിരുന്ന ഇക്കിയും ജാനിയും തെരുവിലൂടെ പോകുന്നവരുടെ സംഭാഷണം ശ്രദ്ധിച്ചാണ് ഈ വിവരമൊക്കെ അറിയുന്നത്.

"എന്തെങ്കിലും പ്രതിവിധി ഉടനെ ചെയ്തില്ലെങ്കിൽ നാം മാത്രമല്ല ഈ വിശുദ്ധനഗരവും നശിച്ചുപോകും." ഇക്കി പറഞ്ഞു. തങ്ങളുടെ ഇളയ സഹോദരൻ വായുനഗരം മോചിപ്പിച്ചതും അവിടത്തെ രാജാവായതുമൊന്നും അവർ രണ്ടുപേരും അറിഞ്ഞിരുന്നില്ല.

ജ്യേഷ്ഠൻ പറഞ്ഞത് മനസ്സിലാക്കി ജാനി തന്റെ ശ്രവണശക്തി മേഘനഗരത്തിലേക്കു കേന്ദ്രീകരിച്ചു. തന്റെ ചുറ്റവട്ടത്തു നടക്കുന്നതൊന്നും കേൾക്കാൻ കഴിവില്ലെങ്കിലും അനേകായിരം നാഴിക ദൂരെ സംഭവിക്കുന്നതൊക്കെ കേട്ടുമനസ്സിലാക്കാനുള്ള അപൂർവ്വ സിദ്ധി അവനുണ്ടായിരുന്നു.

"മേഘനഗരത്തിനു മീതെ കാർമേഘങ്ങൾ ഉരുണ്ടുകൂടുന്നുണ്ട്. അതിശക്തമായ ഇടിയിൽനിന്നും മിന്നലും മഴയുമായി വരാനാണ് മേഘരാജിന്റെ ഉദ്ദേശ്യമെന്നു തോന്നുന്നു." ജാനി വെളിപ്പെടുത്തി.

"അതിനെന്തെങ്കിലും പ്രതിവിധിയുണ്ടോ?" ഇക്കിക്ക് അറിയാൻ തിടുക്കമായി.

"ഒരു വഴികാണുന്നുണ്ട്. നമ്മുടെ ആകാശത്തും കാർ മേഘങ്ങൾ ശേഖരിക്കുക. അവയിൽനിന്നും അത്യന്തം കഠോര മായ ഇടിയും മിന്നലും ഉല്പാദിപ്പിക്കുക. അതുകണ്ടു മേഘരാ ജിന്റെ മഴക്കാർപട പിന്തിരിഞ്ഞോടും." ജാനി വിശദീകരിച്ചു.

അധികം വൈകാതെ മേഘരാജിന്റെ നേതൃത്വത്തിൽ മഴമേഘങ്ങൾ സൈമാ നഗരപ്രാന്തങ്ങളിലെത്തി. അതിനുമുമ്പു തന്നെ നഗരത്തിനുമീതെ അടിഞ്ഞു കൂടിയിരുന്ന ജാനിയുടെ മേഘങ്ങൾ ഘോരഘോരം ആർത്തട്ടഹസിക്കാൻ തുടങ്ങി. അതുകണ്ട ശത്രുമേഘങ്ങൾ ചിന്നിച്ചിതറി എവിടെയോ പോയ് മറഞ്ഞു. തന്റെ സൈന്യം തോറ്റോടിയതിന്റെ കാരണം ഊഹിച്ച മേഘരാജ് ജാനിയെ പുറത്തു വലിച്ചിട്ടു പിച്ചിച്ചീന്താൻ തുടങ്ങി. ഉടനെ ജാനി അവനുനേരെ അതിശക്തമായ ഒരു ഇടിനാദം തന്റെ ചെവിയിൽനിന്നും അയച്ചു. ഇടിയെ കണ്ടപ്പോൾ ഒരു മിന്നൽപിണരും കൂടെക്കൂടി. അവ രണ്ടും മേഘരാജിന്റെ തലയിൽ പതിച്ചതും അവൻ നിന്നനില്പിൽ ചത്തുമലച്ചു വീണു.

ഇതെല്ലാം കണ്ടു ഭയചകിതരായി നിന്നിരുന്ന ജനങ്ങൾ ജാനിയെ തോളിലേറ്റി കൊട്ടാരത്തിലെത്തിച്ച് ലിയൊ രാജാവിനെ കാര്യങ്ങൾ ധരിപ്പിച്ചു. അദ്ദേഹം അവനെ മേഘനഗരത്തിലെ പുതിയ രാജാവായി വാഴിച്ച് അങ്ങോട്ടയച്ചു. ആ രാജ്യത്തെത്തിയതും ജാനിയുടെ ശാരീരിക ദൈന്യത കളെല്ലാം അപ്രത്യക്ഷമായി. ഉടനെതന്നെ അവൻ അവിടെ നികൃഷ്ട ജീവിതം നയിച്ചിരുന്ന ജനങ്ങൾക്കായി സന്മാർഗ്ഗരേഖ പ്രഖ്യാപിച്ചു നടപ്പാക്കി. എങ്കിലും അതിനകം അവന്റെ അമാനുഷിക സിദ്ധികളും അപ്രത്യക്ഷമായിരുന്നു. എല്ലാ ത്തിനും കാരണക്കാരനായിരുന്ന മേഘരാജിന്റെ മാന്ത്രികശക്തി അവന്റെ മരണത്തോടെ അവസാനിച്ചിരുന്നല്ലോ.

തന്റെ രണ്ടു സഹോദരന്മാരുടെയും വിനാശം സൂര്യരാ ജിനെ അത്യന്തം പ്രകോപിപ്പിച്ചു. ജാനിയെയും സെപ്പാന നെയും രാജാക്കന്മാരാക്കിയ ലിയൊയെയും അദ്ദേഹത്തിന്റെ

വിശുദ്ധ നഗരത്തെയും ഉന്മൂലനം ചെയ്തിട്ടുതന്നെ കാര്യം എന്നവൻ തീരുമാനിച്ചു.

ഒരു ഔഗർ എന്ന നിലയ്ക്കുള്ള തന്റെ മാന്ത്രികശക്തി ഉപയോഗിച്ച് വരുതിയിൽ നിർത്തിയിട്ടുള്ള സൂര്യനെത്തന്നെ ആ ദൗത്യത്തിനുപയോഗിക്കാൻ ആ രാക്ഷസൻ തീരുമാനിച്ചു. സൂര്യന്റെ താപരശ്മികളെ സൈമാനഗരത്തിനു മുകളിൽ കേന്ദ്രീകരിച്ച് വരൾച്ചയും തീപിടുത്തവുമുണ്ടാക്കി ബാക്കിയുള്ള നിവാസികളെ തന്റെ കീഴിലേക്കെത്തിക്കുകയായിരുന്നു ലക്ഷ്യം. ആ വിവരംവെച്ചു സൂര്യരാജ് ലിയൊ രാജാവിനു കത്തെഴുതി.

ആ കത്തും ജനങ്ങൾക്കിടയിൽ സംസാരവിഷയമായി. അടിക്കടി വിവിധതരം ഭീഷണികൾ നേരിട്ടുമടുത്ത സൈമാനിവാസികളിൽ ബാക്കി വന്നവർ മുഴുവൻ സൂര്യനഗരത്തിൽ അഭയം തേടാൻ തീരുമാനമെടുക്കുന്നു എന്ന വിവരം മച്ചിൻപുറത്തുകിടന്ന അന്ധനായ ഇക്കിക്കു ലഭിച്ചത് താഴെ തെരുവിൽനിന്നും കേട്ടിരുന്ന സംഭാഷണങ്ങളിൽ നിന്നായിരുന്നു. തന്റെ രണ്ടു സഹോദരന്മാർക്കും എന്തു സംഭവിച്ചു എന്നറിയാതെ വിഷമിച്ചിരുന്ന അവൻ അങ്ങകലെയുള്ള സൂര്യനഗരത്തിലേക്ക് അവന്റെ അകക്കണ്ണു പായിച്ചു. അവിടെയതാ സൂര്യരാജ് സൂര്യനെ സൈമായിലേക്കു പുറപ്പെടാൻ തയ്യാറാക്കുന്നു. അങ്ങനെ സംഭവിച്ചാൽ ഒരിക്കലും അസ്തമിക്കാത്ത കാഠിന്യരശ്മികളുമായി സൂര്യൻ സൈമയുടെ ആകാശ മദ്ധ്യത്തിൽ ആധിപത്യം സ്ഥാപിക്കും. അതോടെ നഗരം എരിഞ്ഞടങ്ങും.

ആ ഭീകരരംഗം മനസ്സിൽക്കണ്ട ഇക്കിക്ക് അടങ്ങിയിരിക്കാൻ കഴിഞ്ഞില്ല. സൂര്യനെയും കെട്ടിവലിച്ചു മുന്നിൽ വരുന്ന രാക്ഷസൻ നഗരത്തിലേക്കു പ്രവേശിക്കാൻ ശ്രമിക്കുന്നതും കാത്ത് അവനിരുന്നു. അതിനകംതന്നെ സൈമായിൽനിന്നും പലായനം ചെയ്യാനൊരുമ്പെട്ട ജനങ്ങൾ നഗരകവാടത്തിൽ തടിച്ചുകൂടിയിരുന്നു.

അവരെക്കണ്ടതും സൂര്യരാജ് താപവർഷം തുടങ്ങാൻ കല്പന നല്കി. ഉടനെ ഇക്കി തന്റെ അകക്കണ്ണിൽനിന്നും ഒരു

അഗ്നിസ്ഫുലിംഗം ഈക്കി സൂര്യരാജിനെ ലക്ഷ്യമാക്കി അയച്ചു. അത് അവന്റെ ഒരു കവിളും ഒരു ചെവിയും ഒരു കണ്ണും കരിയിച്ചു കളഞ്ഞു. അതോടെ നിയന്ത്രണം വിട്ട ആ രാക്ഷസൻ ഇക്കിയെ കണ്ടെത്തി പിടിച്ചെടുത്തു സൂര്യനുനേരെ നീട്ടി. അതോടെ ഇക്കി ഭസ്മമാകുമെന്നുകണ്ട ജനങ്ങൾ ആർത്തുകരയാൻ തുടങ്ങി. പക്ഷേ, അതിന്റെയൊന്നും ആവശ്യ മില്ലായിരുന്നു. കാരണം, ഒരു നിമിഷാർദ്ധത്തിൽ ഇക്കിയുടെ ഉൾനേത്രത്തിൽനിന്നും പുറപ്പെട്ട ആഗ്നേയാസ്ത്രം ആ രാക്ഷസനെ അടിമുടി കരിയിച്ചുകളഞ്ഞിരുന്നു.

സൂര്യരാജും ചേതനയറ്റു വീണതോടെ സൈമായുടെ ആശങ്കകൾക്കറുതിയായി. ഇക്കിയെ സൂര്യനഗരത്തിന്റെ അധിപ നായി ലിയൊ രാജാവ് അങ്ങോട്ടയച്ചു. അതോടെ അവിടത്തെ മർദ്ദിത ജനത മോചിപ്പിക്കപ്പെടുകയും അവർ സ്വർഗ്ഗാവകാ ശികളാവുകയും ചെയ്തു.

അങ്ങനെ ഈ ലോകം സാത്താന്റെ പ്രതിനിധികളായിരുന്ന ഔഗർ രാക്ഷസൻമാരുടെ പിടിയിൽനിന്നും എന്നെന്നേ ക്കുമായി മോചിതമായി. അതിനകംതന്നെ ഇക്കിക്ക് തന്റെ ശാരീരിക വൈകല്യങ്ങളും അതോടൊപ്പം അമാനുഷിക ശക്തിയും നഷ്ടമായിരുന്നു എന്നും പറയേണ്ടതില്ലല്ലോ.

അധികം വൈകാതെ ആ മൂന്ന് സഹോദരന്മാരെയും ജനങ്ങളെയും ഒന്നിച്ചുകൂട്ടി ലിയൊ രാജാവ് ഒരു രഹസ്യം പുറത്തുവിട്ടു.

സൈമാപട്ടണം ആക്രമിച്ചു കീഴടക്കുന്നതിലൂടെ രാക്ഷസസഹോദരന്മാർ ലക്ഷ്യമിട്ടത് ആ വിശുദ്ധ നഗരത്തിന്റെ പതനം മാത്രമായിരുന്നില്ല. തന്റെ മൂന്ന് പെൺമക്കളെയും ബലപ്രയോഗത്തിലൂടെ വിവാഹം കഴിക്കാനുള്ള അവരുടെ ഉദ്ദേശ്യം കൂടിയായിരുന്നു. ഇപ്പോൾ ആ വിപത്ത് നീങ്ങിക്കിട്ടി.

“അതിനാൽ മൂന്ന് രാജാകുമാരിമാരുടെയും വിവാഹം ഇക്കിയും ജാനിയും സെപ്പാനനുമായി നടത്താൻ തീരുമാ നിച്ചിരിക്കുന്നു.” ലിയൊ രാജാവ് ഹർഷാരവങ്ങൾക്കിടയിൽ പ്രഖ്യാപിച്ചു.

തങ്ങളുടെ മക്കളുടെ കല്യാണത്തിന് പാത്തുംപതുങ്ങി

യുമാണ് മൂവരുടെയും മാതാപിതാക്കൾ എത്തിയിരുന്നത് എന്നു പറയേണ്ടതില്ലല്ലോ. അവശരായ തങ്ങളുടെ കുഞ്ഞുങ്ങളെ മരണത്തിനു വിട്ടുകൊടുത്തു സ്വന്തം ജീവനുംകൊണ്ടു രക്ഷപ്പെട്ടോടിയതിലുള്ള ജാള്യത തന്നെയായിരുന്നു അതിനു കാരണം.

എങ്കിലും അവരെ കണ്ടുപിടിച്ച് ശിഷ്ടകാലം സ്നേഹത്തോടെയും ആദരവോടെയും ജീവിക്കാനുള്ള സാഹചര്യമൊക്കെ ലിയൊ രാജാവ് ഒരുക്കിയിരുന്നു.

അങ്ങനെ ലോകം ഒരിക്കൽക്കൂടി പാപവിമുക്തമായിത്തീർന്നു. മനുഷ്യരാശി മുഴുവൻ അതോടെ നാലു വിശുദ്ധനഗരങ്ങളിൽ വസിക്കാൻ തുടങ്ങി. പക്ഷേ, അതൊന്നും ദുഷ്ക്രിയകളുടെ മന്നനായിരുന്ന സാത്താന് രുചിച്ചില്ല. അതിനാൽ പിന്നീടുവന്ന ഓരോ യുഗത്തിലും സൈമാപട്ടണത്തെ നശിപ്പിക്കാൻ സാത്താൻ ശ്രമിച്ചുകൊണ്ടിരുന്നു. അതിനായി അഗ്നിയും പ്രളയവും മഹാമാരിയും മാറിമാറി പ്രയോഗിച്ചുകൊണ്ടിരുന്നു.

ആ ശ്രമത്തിൽ ഒരിക്കൽ സാത്താൻ വിജയിക്കുകതന്നെ ചെയ്തു. അങ്ങനെ വലിയൊരു വെള്ളപ്പൊക്കത്തിൽ സൈമാ എന്ന വിശുദ്ധനഗരം ഒരു തടാകമായി പരിണമിച്ചു. ആ സ്ഥിതി ഇന്നും തുടരുന്നു.

സ്വർഗ്ഗത്തിലേക്കുള്ള വഴി

പണ്ട് പണ്ട് ഫിൻലന്റിലെ ഒരു കുഗ്രാമത്തിൽ മിഖായേൽ എന്ന ഒരു പാവപ്പെട്ട കർഷകൻ ജീവിച്ചിരുന്നു. ദാവീദ്, ജോയൻ എന്ന രണ്ടാൺകുട്ടികളും അന്ന എന്നുപേരുള്ള ഒരു പെൺകുട്ടിയുമാണ് അയാൾക്കുണ്ടായിരുന്നത്.

കുതിരസവാരിയിലും ആയോധന കലയിലുമൊക്കെ ദാവീദിന് നല്ല പ്രാവീണ്യമുണ്ടായിരുന്നു. പല സാഹസങ്ങളിലും ഏർപ്പെട്ട അവൻ കുടുംബത്തിന്റെയും ഗ്രാമത്തിന്റെയും പേരും പെരുമയും വർദ്ധിപ്പിച്ചു. പക്ഷേ, അതൊന്നും അധികകാലം നീണ്ടുനിന്നില്ല. അവന്റെ മെയ്‌വഴക്കവും ധൈര്യവും കണ്ടറിഞ്ഞ ഗൂഢസംഘങ്ങൾ അവനെ പലതുംപറഞ്ഞ് പ്രലോഭിപ്പിച്ച് കൂട്ടിക്കൊണ്ടുപോയി. അതോടെ ഒരു പിടിച്ചുപറിക്കാരനും കൊലപാതകിയുമൊക്കെയായി ദാവീദ് മാറി. പലപ്പോഴും അവൻ പിടിക്കപ്പെടുകയും ശിക്ഷ ഏറ്റുവാങ്ങുകയും ചെയ്തു.

ഒരുകാര്യം ചെയ്യുന്നതിനുമുമ്പ് വളരെ ആലോചിക്കണം എന്നു മിഖായേൽ മക്കളോടെപ്പോഴും പറയാറുണ്ടായിരുന്നു. രണ്ടാമത്തെ മകൻ ജോയനെ കരുതിയായിരുന്നു അങ്ങനെ പറഞ്ഞിരുന്നത്. അവൻ ഉയർന്ന വിദ്യാഭ്യാസം നേടിയവനും നന്നായി ചിന്തിക്കുന്നവനുമായിരുന്നു. ഏതുകാര്യം ചോദിച്ചാലും

അതിന്റെ കാരണം അവൻ പറഞ്ഞുതരും. അവനു വഴങ്ങാത്ത വിഷയങ്ങളില്ല എന്നുകണ്ടപ്പോൾ പല പുരസ്കാരങ്ങളും ബഹുമതികളും ഒരു പണ്ഡിതനെന്ന നിലയ്ക്ക് അവനെ തേടിയെത്തി. അതിൽ ഏറെ അഭിമാനിച്ചിരുന്നത് പിതാവായ മിഖായേൽ തന്നെയായിരുന്നു.

പക്ഷേ, അതൊന്നും അധികകാലം നീണ്ടുനിന്നില്ല. എന്തിന്റെയും കാര്യകാരണങ്ങൾ കണ്ടുപിടിക്കുന്ന ജോയൻ സ്വന്തമായി ഒന്നുംചെയ്തിരുന്നില്ല. ജീവിതത്തിൽ ഒരു പ്രായോഗിക പരിചയവും നേടാത്ത അവന് ഒരു ചെമ്പു നാണയമെങ്കിലും സമ്പാദിക്കാനുള്ള ത്രാണി ഉണ്ടായിരുന്നില്ല. അങ്ങനെ ജോയൻ മിഖായേലിന് ഒരു ബാദ്ധ്യതയായി.

ഏറ്റവും ഇളയവളായ അന്നയ്ക്ക് ഒരു പെൺകുട്ടി എന്ന നിലയ്ക്ക് ഒരു വിദ്യാഭ്യാസവും ഉണ്ടായിരുന്നില്ല. വീട്ടിൽവെച്ച് ചില കൂട്ടക്ഷരങ്ങൾ വായിക്കാൻ പഠിച്ചതുമാത്രമേ അവൾക്കു വിദ്യയായിട്ടുണ്ടായിരുന്നുള്ളൂ. എങ്കിലും ചുറ്റുപാടെല്ലാം നിരീക്ഷിച്ചും കണ്ടതെല്ലാമെടുത്തു പരീക്ഷിച്ചും തന്റേതായ ഒരു വിജ്ഞാന പ്രപഞ്ചം അവൾ സൃഷ്ടിച്ചെടുത്തിരുന്നു.

കാലം അങ്ങനെ കുറേ കഴിഞ്ഞപ്പോൾ മക്കളുടെ നൈപുണ്യം വൃഥാവിലാകുന്നതും തന്റെ ആരോഗ്യവും വരുമാനവും ക്ഷയിച്ച് കുടുംബത്തിൽ കടം കേറുന്നതും കണ്ട് മിഖായേലിന് ആധിയായി.

ഒരുദിവസം അയാൾ മക്കൾ മൂന്നുപേരെയും അടുത്തു വിളിച്ചു സമീപത്തുള്ള കാട്ടിൽപോയി എന്തെങ്കിലും കണ്ടെത്തി വീട്ടിലേക്കു കൊണ്ടുവരാൻ നിർദ്ദേശിച്ചു. അതിനുള്ള ആദ്യത്തെ ഊഴം ദാവീദിനായിരുന്നു. അവൻ അമ്പും വില്ലുമെടുത്ത് കാട്ടിലേക്കു പുറപ്പെട്ടു. അവിടെക്കണ്ട ചില ചെറുമൃഗങ്ങളെയും പക്ഷികളെയും അവൻ അമ്പെയ്തു വീഴ്ത്തി വീട്ടിൽ കൊണ്ടുവന്നു. ദാവീദ് വീട്ടിലെത്തിച്ച കാട്ടുപൂച്ചയെയും പോക്കാൻതവളയെയും മരമാക്രിയെയും ഒന്നും മനുഷ്യൻ തിന്നുന്നതായിരുന്നില്ല. എന്നുമാത്രമല്ല അവൻ ശര മെയ്തു വീഴ്ത്തിയ മയിലിനെയും കുയിലിനെയും ജീവനോടെ

കെണിവെച്ചു പിടിച്ചിരുന്നെങ്കിൽ ചന്തയിൽ നല്ല വിലയ്ക്കു വില്ക്കാൻ പറ്റുമായിരുന്നു. അതെല്ലാം മനസ്സിലായപ്പോൾ തന്റെ പ്രയത്നം മുഴുവൻ വൃഥാവിലായതിൽ അവന് വിഷമം തോന്നി.

അടുത്തദിവസം അവൻ വാളും കുന്തവുമെടുത്താണ് വനത്തിലേക്ക് പോയത്. ഒരു വലിയ മൃഗത്തെയെങ്കിലും കൊന്ന് കൊണ്ടുവന്നാൽ കുടുംബത്തിന് കുറേ ദിവസത്തേക്കുള്ള ആഹാരത്തിനുവകയായി. മാത്രമല്ല നല്ലൊരു ഭാഗം വില്ക്കുകയും ചെയ്യാം. കാട്ടിലെത്തി ഇരയെയും തേടിനടന്ന ദാവീദിന്റെ മുന്നിൽ ഒരു ചീറ്റപ്പുലിയാണ് വന്നുപെട്ടത്. അതിനെ കൊന്നിട്ടു കാര്യമില്ലല്ലോ എന്നവൻ ആലോചിക്കുന്ന സമയത്ത് അവനെ കൊന്നുതിന്നാലതൊരു കാര്യമാകുമല്ലോ എന്നായിരുന്നു ചീറ്റപ്പുലിയുടെ ചിന്ത. അതവന്റെ മേൽ ചാടിവീണു. എങ്കിലും അവൻ അതിനെ കൊല്ലാൻ ഒരുമ്പെടാത്തതിനാൽ അത്ര നിസാരമല്ലാത്ത പരിക്കുമായാണ് വീട്ടിൽ തിരിച്ചെത്തിയത്.

അടുത്ത ദിവസം രണ്ടാമൻ ജോയൻ കാട്ടിലേക്കു പോകാനൊരുങ്ങി. അവൻ വലിയ പണ്ഡിതനാണല്ലോ. നന്നായി ആലോചിക്കും. അതിനാൽ വീണ്ടുവിചാരമില്ലാതെ ഏടാകൂടത്തിൽ ചെന്നു ചാടുകയില്ല. അങ്ങനെ കാട്ടിലെത്തിയ ജോയൻ അവിടെ അന്നുവരെ ദർശിക്കാത്ത ഒരു ലോകമായിരുന്നു കണ്ടത്. കാട്ടിലെ അരുവികളും വെള്ളച്ചാട്ടങ്ങളും അപൂർവ്വ സസ്യലതാദികളും മനോഹര പുഷ്പങ്ങളുമൊക്കെ അവന്റെ ഒരുദിനം അപഹരിച്ചു. എന്നിട്ടും വെള്ളച്ചാട്ടത്തിന്റെ ഉത്ഭവവും അന്യാദൃശ സസ്യങ്ങളുടെ മുഴുവൻ വിവരങ്ങളും ശേഖരിക്കാൻ കഴിയാതെപോയ കുണ്ഠിതത്തോടെയാണ് ജോയൻ വീട്ടിൽ മടങ്ങിയെത്തിയത്.

ഒന്നുരണ്ടു ദിവസംകൂടി കാട്ടിൽപോയി വിവരങ്ങൾ പൂർണ്ണമായും ശേഖരിച്ചു വരാമെന്നവൻ പറഞ്ഞെങ്കിലും ഇതിലും നല്ലത് ഒരു വിറകുകെട്ടുമായെങ്കിലും മടങ്ങുകയായിരുന്നെന്നു പറഞ്ഞ് മിഖായേൽ അവനെ അടക്കിയിരുത്തി.

അത്രയുമായപ്പോൾ മിഖായേൽ തികച്ചും നിരാശനായി. വലിയ അറിവും കഴിവും ഉണ്ടായിട്ടും ഒരു പ്രയോജനവുമില്ലാത്ത തന്റെ മക്കളെനോക്കി അയാൾ ഒരുപാടു സങ്കടപ്പെട്ടു. അതുകണ്ടിരിക്കാൻ ശക്തിയില്ലാതിരുന്ന അന്ന ഒരു സഞ്ചിയുമായി അച്ഛനെ സമീപിച്ചു കാട്ടിലേക്കു പോകാൻ അനുവാദം ചോദിച്ചു. നീയൊരു പെൺകുട്ടിയാണ്. പുറംലോകം കാണാത്തവളും ശാരീരികശക്തി ഇല്ലാത്തവളുമാണ് എന്നൊക്കെ മിഖായേൽ പറഞ്ഞുനോക്കിയെങ്കിലും അവൾ വാശിപിടിച്ചു പിൻമാറാതെ നിന്നു. ഒന്നുമില്ലെങ്കിലും വല്ല കിഴങ്ങു പറിക്കുകയോ കായ്കനികൾ അറുക്കുകയോ ആകാമല്ലോ എന്നായിരുന്നു അവളുടെ യുക്തി. അതുകണ്ടു മനസ്സില്ലാമനസ്സോടെ അന്നയുടെ കാനനഗമനത്തിനു മിഖായേൽ അനുവാദം നല്കുകയും ചെയ്തു.

കാട്ടിലെത്തിയ അന്ന അവിടമൊക്കെ ചുറ്റിനടന്നു. എങ്കിലും തനിക്കു പറ്റിയതൊന്നും കാണാനാവാതെ ക്ഷീണിച്ചവശയായി അടുത്തുകണ്ട ഒരു മരത്തിന്റെ തണലിലേക്കു നടന്നു. ഒരു വലിയ പാറക്കൂട്ടത്തിനു നടുവിലായാണ് ആ വൃക്ഷം നില്ക്കുന്നത്. ഒരു പാറമേൽ കയറിയിരുന്നു ചുറ്റും ഒന്നു കണ്ണോടിച്ച അവൾ ഒരു കാഴ്ചകണ്ടു. അല്പമകലെ പാറക്കൂട്ടത്തിനിടയിൽ അതാ ഒരു കൊച്ചു ശിലാഫലകം. അതിലെന്തോ എഴുതിയിട്ടുമുണ്ട്. അത് കൃത്യമായി വായിക്കാൻ അവൾക്കു കഴിയുമായിരുന്നില്ല. എങ്കിലും സൂക്ഷ്മ നിരീക്ഷണത്തിൽനിന്നും ഒരുകാര്യം വ്യക്തമായിരുന്നു. അത് ആരോ അവിടെ കൊണ്ടുവെച്ചു നാട്ടിയതാണ്. അല്ലാതെ മറ്റു പാറകളെപ്പോലെ സ്വയംഭൂവായ പാറയല്ല, ചെത്തിമിനുക്കിയതിൽനിന്നും അതു വ്യക്തം.

അന്ന അതിനടുത്തേക്കു നടന്നു. എന്നിട്ട് അത് കൈകൊണ്ടു പിടിച്ചുകുലുക്കി. ഇളകുന്നില്ല. അപ്പോൾ ശിലാഫലകത്തിലൊരു ചവിട്ടുവെച്ചുകൊടുത്തു. അന്നേരം അതൊന്ന് ഇളകിക്കിട്ടി. മൂന്നുനാലു ചവിട്ടുകൊടുത്തപ്പോൾ ആ ഫലകം ആടിത്തുടങ്ങി. പിന്നീടല്പം പരിശ്രമിച്ചപ്പോൾ അവൾക്കത് പുഴക്കിയെടുക്കാമെന്നായി.

ആ ഫലകം തന്റെ സഞ്ചിയിലിട്ട് അന്ന വെയിലണയും മുമ്പ് വീട്ടിൽ തിരിച്ചെത്തി. എന്നിട്ട് ഫലകം സഞ്ചിയിൽനിന്ന് പുറത്തെടുത്ത് പിതാവിനെയും സഹോദരന്മാരെയും കാണിച്ചു. ദാവീദും ജോയനും അതുകണ്ടു പൊട്ടിച്ചിരിച്ചു. "ഇതേതോ ഭ്രാന്തൻ അവിടെ കുഴിച്ചിട്ടതാകണം. അതിൽ എഴുതിയിരിക്കുന്നത് ശ്രദ്ധിച്ചോ. 'സ്വർഗ്ഗത്തിലേക്കുള്ള വഴി' എന്ന്. ഈ ചൂണ്ടുപലക വിശ്വസിച്ച് ആരെങ്കിലും ആ വഴിക്ക് സ്വർഗ്ഗം തേടിപ്പോയിരുന്നെങ്കിൽ ഉടനെ ഉടലോടെ സ്വർഗ്ഗം പൂകുമായിരുന്നു, വല്ല ഹിംസ്ര മൃഗത്തിന്റെയും വായിലകപ്പെട്ട്." അവർ രണ്ടുപേരും അവളെ കളിയാക്കി.

ആ സമയമത്രയും അവരുടെ അച്ഛൻ മിണ്ടാതെ നില്ക്കുകയായിരുന്നു. "അന്നാ, ഈ ഫലകം കാട്ടിൽ പോകുമ്പോൾ ഞാൻ പലതവണ കണ്ടതാണ്. അതുപോലെ മറ്റു പലരും. എങ്കിലും അതിലെഴുതിയിരിക്കുന്ന സ്വർഗ്ഗത്തിലേക്കുള്ള വഴി എന്ന സൂചകത്തെ ആരും കാര്യമായിട്ടെടുത്തിരുന്നില്ല. ഇപ്പോൾ നീ ആ ശിലാലിഖിതവുമായി എത്തിയിരിക്കുന്നു. എന്താണിതിന്റെ അർത്ഥം." മിഖായേൽ അന്നയോടന്വേഷിച്ചു.

"കല്ലിന്മേൽ എന്താണ് എഴുതിയിരിക്കുന്നതെന്ന് ഇപ്പോഴാണ് മനസ്സിലായത്. എങ്കിലും ഇത് സ്വർഗ്ഗത്തിലേക്കു തന്നെയുള്ള വഴിയാണെന്ന് അത് പുഴക്കിയെടുത്ത നിമിഷം തന്നെ ബോദ്ധ്യമായിരുന്നു. കാരണം അതിനടിയിൽ ഉണ്ടായിരുന്നതാണിത്."

അതുംപറഞ്ഞ് അന്ന തന്റെ സഞ്ചി അടുത്തുകിടന്ന മേശപ്പുറത്തേക്ക് കമിഴ്ത്തി. അതിൽനിന്നും വീണതോ ഒരു കൂമ്പാരം സ്വർണ്ണനാണയങ്ങൾ.

സ്വർണ്ണ സർപ്പം

വളരെ പണ്ട് ഫിൻലന്റിൽ ജോഹൻ എന്നുപേരുള്ള ഒരു രത്നവ്യാപാരിയുണ്ടായിരുന്നു. അയൽനാടുകളായ റഷ്യയിലും സ്വീഡനിലും മറ്റും ചെന്ന് വജ്രവും വൈഡൂര്യവുമൊക്കെ വില്ക്കുകയായിരുന്നു അയാളുടെ തൊഴിൽ.

ഒരിക്കൽ വ്യാപാരി റഷ്യയിൽനിന്നും രത്നവും വാങ്ങി തിരിച്ചു വരികയായിരുന്നു. വഴിയിൽ വലിയൊരു കാടുകടക്കാനുണ്ട്. അവിടമാണെങ്കിൽ വൻ കൊള്ളസംഘങ്ങളുടെ താവളവുമാണ്. അതിനാൽ സ്വത്തുമുഴുവൻ ഒരു തുണിസഞ്ചിയിൽ കെട്ടി വസ്ത്രങ്ങൾക്കടിയിൽ ശരീരത്തിൽ ഒളിപ്പിച്ചുവച്ചായിരുന്നു ജോഹൻ നടന്നിരുന്നത്. പക്ഷേ, അതുകൊണ്ടൊന്നും ഒരു പ്രയോജനവുമുണ്ടായില്ല. എല്ലാം അറിയുന്നവരെപ്പോലെ കൊള്ളക്കാർ ചാടിവീണ് ജോഹന്റെ രത്നസഞ്ചി തട്ടിയെടുത്തു. ഏതായാലും ജീവൻ തിരിച്ചുകിട്ടിയല്ലോ എന്ന ആശ്വാസത്തിൽ അയാൾ വീട്ടിലേക്ക് തിരിച്ചു.

താൻ ആക്രമിക്കപ്പെട്ട വിവരം ബന്ധപ്പെട്ട അധികാരികളെ അറിയിക്കാനൊന്നും അയാൾ ശ്രമിച്ചില്ല. അതുകൊണ്ട് ഒരു ഫലവും ഉണ്ടാകുമായിരുന്നില്ല എന്നതുതന്നെ കാരണം. അക്കാലത്ത് ഫിൻലന്റ് ഭരിച്ചിരുന്നത് ഒസ്കരി എന്നുപേരുള്ള ഒരു ഭൂതമായിരുന്നു. ക്രൂരനും വഞ്ചകനുമായിരുന്ന ഭൂതത്തിനു

ജനങ്ങളുടെ കൈവശമുള്ള സ്വർണ്ണവും പണവും എവിടെയാണ് ഒളിപ്പിച്ചുവെച്ചിരിക്കുന്നത് എന്നറിയാനുള്ള മാന്ത്രിക ശക്തിയുണ്ടായിരുന്നു. ആ വിവരം അവൻ തന്റെ കീഴിലുള്ള കൊള്ളസംഘങ്ങൾക്കു കൈമാറും. അവർ ജനങ്ങളെ ആക്രമിച്ചു അമൂല്യമായതൊക്കെ കരസ്ഥമാക്കും.

ഒസ്കരിയുടെ അത്തരം ഒരു കൊള്ളസംഘമായിരുന്നു ജോഹനെയും കൊള്ളയടിച്ചത്.

എല്ലാം നഷ്ടപ്പെട്ട ജോഹൻ അങ്ങനെ കാട്ടിലൂടെ തിരിച്ചുവരുമ്പോൾ ഒരു സംഭവമുണ്ടായി. വഴിതടഞ്ഞു ജോഹന്റെ മുന്നിൽ ഒരു പാമ്പും കീരിയും ഘോരയുദ്ധത്തിൽ ഏർപ്പെട്ടിരിക്കുന്നു. സ്വർണ്ണ വർണ്ണമുള്ള ആ ചെറിയ സർപ്പത്തിന്റെ വാൽ കറുത്തു തടിച്ച കീരി കടിച്ചു മുറിച്ചിരിക്കുന്നു. ഇപ്പോൾ പാമ്പിന്റെ തലയറുക്കാനായി കീരി അതിന്റെ കഴുത്തിൽ പിടിമുറുക്കിയിരിക്കുകയാണ്. അതുകണ്ട വ്യാപാരി വഴിയോരത്തുകിടന്ന വലിയൊരു കല്ലെടുത്ത് കീരിയുടെ നേർക്കെറിഞ്ഞു. അതിന്റെ ആഘാതത്തിൽ തലചതഞ്ഞ് കീരി ചത്തു. വാൽ മുറിഞ്ഞ സ്വർണ്ണസർപ്പം പൊന്തയ്ക്കുള്ളിലേക്ക് ഇഴഞ്ഞുപോയി.

വീട്ടിലെത്തിയ ജോഹനെ കാണാനും സഹതാപം അറിയിപ്പാനും ബന്ധുമിത്രാദികൾ വന്നുകൊണ്ടിരുന്നു. എങ്കിലും ഒസ്കരിയുടെ പീഡനങ്ങൾക്കെതിരെ പ്രതികരിക്കാൻ ജനങ്ങൾക്കാവുമായിരുന്നില്ല. കാരണം മനുഷ്യനോ അവന്റെ ആയുധങ്ങൾക്കോ ആ ദുർഭൂതത്തെ നശിപ്പിക്കാൻ കഴിയുമായിരുന്നില്ല.

അങ്ങനെയിരിക്കെ പലരും സന്ദർശിക്കുന്ന കൂട്ടത്തിൽ ഒരുദിവസം ഒരു യാചകിയും ജോഹനെ കാണാനെത്തി. ഒരു കാൽ നഷ്ടപ്പെട്ട് പൊയ്ക്കാലുമായി നടന്നിരുന്ന ആ പിച്ചക്കാരിയോടു ജോഹനു അനുകമ്പ തോന്നിയെങ്കിലും തന്റെ കൈയിൽ തരാനൊന്നുമില്ലെന്നും താൻതന്നെ ഒരു ഭിക്ഷക്കാരനായി മാറിയിരിക്കുകയാണെന്നും അയാൾ അറിയിച്ചു.

അതു കേട്ടുകഴിഞ്ഞപ്പോൾ അവൾ തന്റെ പഴംതുണിക്കെട്ടു തുറന്ന് അതിൽനിന്നും ഒരു രത്നമെടുത്തു ജോഹനു നേരെ നീട്ടി. അതു കൈയിലെടുത്തു പരിശോധിച്ച ജോഹൻ ഞെട്ടിപ്പോയി. തന്റെ കൊള്ളയടിക്കപ്പെട്ട കിഴിയിൽ നിന്നുമുള്ളതായിരുന്നു ആ രത്നം.

"ഈ രത്നം നിങ്ങൾക്കെവിടെനിന്നും കിട്ടി?" ജോഹൻ തിടുക്കത്തിൽ ചോദിച്ചു.

അപ്പോഴാണ് ആ യാചകി സംസാരിച്ചുതുടങ്ങിയത്. തന്റെ പേര് റിക്ക എന്നാണെന്നും താൻ കാട്ടിലൂടെ വരുമ്പോൾ വഴിയിൽ ചെങ്കുത്തായ പാറക്കൂട്ടങ്ങൾക്കടുത്തുനിന്നാണ് രത്നം കണ്ടെടുത്തതെന്നും അവൾ പറഞ്ഞു. ആ പ്രദേശം ജോഹനു പരിചിതമായിരുന്നു. അവിടെവെച്ചായിരുന്നു അയാൾ സ്വർണ്ണ സർപ്പത്തെ കീരിയുടെ വരുതിയിൽനിന്നും രക്ഷിച്ചത്.

"താങ്കളുടെ ധനം കൊള്ളയടിക്കപ്പെട്ടത് എല്ലാവരും പറഞ്ഞ് എനിക്കറിയാമായിരുന്നു. അതിനാലാണ് ഇതും ആ രത്നശേഖരത്തിൽ പെട്ടതാണോ എന്നറിയാൻ കൊണ്ടുവന്നത്." റിക്ക വിശദീകരിച്ചു.

ആ രത്നം കൃതജ്ഞതയോടെ ജോഹൻ സ്വീകരിച്ചു. അക്രമികൾ രത്നവുമായോടുമ്പോൾ സഞ്ചിയിൽനിന്നും വീണുപോയതായിരിക്കണം ഈ ഒരെണ്ണമെന്ന് ജോഹൻ അനുമാനിച്ചു. മുപ്പതിലധികം രത്നങ്ങളായിരുന്നു തന്റെ കൈവശമുണ്ടായിരുന്നത്.

റിക്കയ്ക്കു പോകാൻ ഒരിടവുമില്ലാതിരുന്നതിനാൽ അന്നത്തേക്ക് അവൾക്കവിടെ ജോഹൻ അഭയം നല്കി. അടുത്ത ദിവസം അതിരാവിലെ എഴുന്നേറ്റ് അവൾ ശരീരശുചിത്വം വരുത്തി പ്രാതലുമൊരുക്കി ജോഹൻ എഴുന്നേറ്റു വരുന്നതും കാത്തിരുന്നു. അയാൾ വന്നയുടനെ അവളെയും നിർബ്ബന്ധപൂർവ്വം ഒപ്പമിരുത്തി ഭക്ഷണം കഴിച്ചു. അപ്പോഴാണ് ജോഹൻ റിക്കയെ ശരിക്കും ശ്രദ്ധിച്ചത്. ഒരു യാചകിയായിരുന്നിട്ടും അവളുടെ സൗന്ദര്യത്തിന് യാതൊരു കുറവുമില്ലായിരുന്നു.

“ഇനിയും എനിക്കു പോകണം. അതേ കാട്ടുവഴിതന്നെയാണ് തിരിച്ചുപോകേണ്ടത്. അതിനാൽ ഉടനെ പുറപ്പെട്ടേ പറ്റൂ.” അതുംപറഞ്ഞ് റിക്ക നടന്നുമറഞ്ഞു.

തന്റെ ഒരു രത്നമെങ്കിലും തിരിച്ചു കിട്ടിയതിലുള്ള സന്തോഷത്തിൽ അന്നുമുഴുവൻ ജോഹൻ വീട്ടിൽത്തന്നെ കഴിഞ്ഞു. പക്ഷേ, അടുത്ത ദിവസം അയാൾ ഉണർന്നത് കതകിൽ ആരോ മുട്ടുന്നതുകേട്ടാണ്. വേഗംചെന്നു വാതിൽ തുറന്നപ്പോഴതാ റിക്ക പുഞ്ചിരിച്ചുകൊണ്ടു മുന്നിൽ നില്ക്കുന്നു. ഇപ്പോൾ അവൾ കൂടുതൽ സുന്ദരിയായിട്ടുണ്ടെന്നു തോന്നി. എങ്കിലും ഒരു കാൽ നഷ്ടപ്പെട്ടതിലുള്ള വൈഷമ്യം അപ്പോഴും ആ മുഖത്ത് പ്രകടമായിരുന്നു.

“ക്ഷമിക്കണം. ഇന്നലെ തിരിച്ചുപോകുമ്പോൾ കാട്ടുവഴിയിൽ വെച്ച് ഒരു രത്നംകൂടി കിട്ടി. അതും ഇവിടെ ഏല്പിക്കണമെന്ന് കരുതി വന്നതാണ്.” അവൾ വിശദീകരിച്ചു.

അതു കൈയിൽ വാങ്ങിയ ജോഹന്റെ ആശ്ചര്യം ഇരട്ടിച്ചു. ആ കാട്ടുവഴിക്ക് ഇതിനകം എത്രയോ പേർ സഞ്ചരിച്ചിട്ടും അവർക്കൊന്നും ഈ രത്നങ്ങൾ കിട്ടാതിരുന്നതും കള്ളന്മാർ എത്ര ലാഘവത്തോടെ അവ നഷ്ടപ്പെടുത്തിയെന്നതും അയാളെ അത്ഭുതപ്പെടുത്തി.

അന്നു രാത്രിയും റിക്ക ജോഹന്റെ വീട്ടിൽ തങ്ങി. അടുത്ത ദിവസം രാവിലെ പുറപ്പെടുമ്പോൾ അവൾ പറഞ്ഞു:

“ഇന്നു പോകുന്നവഴിക്ക് കാട്ടിൽ ഒരിക്കൽക്കൂടി രത്നത്തിനായി തെരയണം. ഒരെണ്ണമെങ്കിലും കിട്ടിയാൽ അതുമായി വരാം.”

അതുംപറഞ്ഞ് അവൾ പോയി. പക്ഷേ, ആ വാക്കുകൾ വെറുതെയായില്ല. വൈകുന്നേരംതന്നെ റിക്ക തിരിച്ചെത്തി, കൈയിൽ ഒരു രത്നവുമായി.

പിന്നീട് അതൊരു പതിവായി. ഓരോ ദിവസവും അവൾ കാട്ടിൽ രത്നം അന്വേഷിച്ച് പോവും, വൈകുന്നേരം ഒന്നുമായി തിരിച്ചെത്തും. എന്നിട്ടും കൊള്ളക്കാരെയോർത്ത് സ്വയം കാട്ടിലേക്കുപോവാൻ ജോഹനു ധൈര്യം വന്നില്ല.

അവസാനം മാസം ഒന്നു കഴിഞ്ഞപ്പോഴേക്കും ജോഹന്റെ

രത്നങ്ങളെല്ലാം അയാൾക്കു തിരിച്ചുകിട്ടിയിരുന്നു. അങ്ങനെയാണെങ്കിൽ അവയുമായി കടന്നുകളഞ്ഞ കൊള്ളക്കാർക്കെന്തുപറ്റി എന്നായി അപ്പോൾ ജോഹന്റെ ചിന്ത. അതിന്റെ മറുപടിയെന്നോണം നാട്ടിൽ ഒരു വാർത്ത കാട്ടുതീപോലെ പടർന്നു, അഞ്ചാറു തസ്കരന്മാരെ കാട്ടിൽ പാമ്പുകടിച്ചു മരിച്ച നിലയിൽ കണ്ടെത്തിയിരിക്കുന്നു.

ഈ വിവരമെല്ലാം ഒസ്കരി ഭൂതം അറിയുന്നുണ്ടായിരുന്നു എന്നു പറയേണ്ടതില്ലല്ലോ. തന്റെ സഹായികൾ സർപ്പദംശനത്താൽ ചരമമടഞ്ഞതിലല്ല ഭൂതത്തിനു സങ്കടം വന്നത്. മറിച്ച് തനിക്കെത്തേണ്ടിയിരുന്ന രത്നങ്ങൾ റിക്ക എന്ന പെൺകുട്ടി തട്ടിയെടുത്തെന്നതും അതു ജോഹനു തിരിച്ചുകൊടുത്തെന്നതുമായിരുന്നു അവന്റെ ക്രോധത്തിനു കാരണം.

ഉടൻതന്നെ ഒസ്കരിയുടെ കിങ്കരന്മാർ ജോഹന്റെ ഭവനത്തിലെത്തി രത്നങ്ങൾ കണ്ടെടുത്തു. അതും കൈയിലെടുപ്പിച്ച് അവർ റിക്കയേയുംകൊണ്ട് ഒസ്കരിയുടെ കൊട്ടാരത്തിലേക്കു പോയി. രത്നങ്ങൾ ഒരിക്കൽക്കൂടി നഷ്ടപ്പെട്ടെങ്കിലും മറ്റു ശിക്ഷകളിൽനിന്ന് രക്ഷപ്പെട്ടതിൽ ജോഹൻ ആശ്വസിക്കാതിരുന്നില്ല.

റിക്കയ്ക്ക് എന്തു സംഭവിച്ചു എന്നറിയാൻ അടുത്ത ദിവസം അതിരാവിലെ തന്നെ ജോഹൻ കൊട്ടാരപരിസരത്തേക്കു പുറപ്പെട്ടു. അപ്പോഴേക്കും അവിടെ വലിയൊരു ജനാവലി തടിച്ചുകൂടിയിരുന്നു.

എന്തുപറ്റി എന്നറിയാനായി ജോഹൻ കൂട്ടത്തിൽ ഒരാളെ സമീപിച്ചു.

"അപ്പോൾ താങ്കൾ ഒന്നും അറിഞ്ഞില്ലേ?" അയാൾ മറുചോദ്യമെറിഞ്ഞു. "ഇന്നലെ രാത്രി ഒസ്കരി ഭൂതം ചത്തുപോയി. അതിന്റെ ആഘോഷം ഉടനെ നഗരത്തിൽ തുടങ്ങും."

"അതെങ്ങനെ സംഭവിക്കും? അവനെ കൊല്ലാൻ ഒരു മനുഷ്യനും അവന്റെ ആയുധത്തിനും കഴിയില്ലെന്നാണല്ലോ പ്രമാണം," ജോഹൻ പ്രതിവചിച്ചു.

"ഒരു മനുഷ്യൻ ആ ഭൂതത്തെ വകവരുത്തി എന്നാരു പറഞ്ഞു?" അയാൾ വീണ്ടും ചോദിച്ചു. "ഒസ്കരി ചത്തത്

പാമ്പുകടിയേറ്റാണ്. വാലു മുറിഞ്ഞ ഒരു സ്വർണ്ണ സർപ്പമായിരുന്നത്രെ അത്."

"അപ്പോൾ ഇന്നലെ കിങ്കരന്മാർ കൊണ്ടുവന്ന റിക്കയെ മോചിപ്പിച്ചോ?" ജോഹൻ ശ്വാസമടക്കാതെ ചോദിച്ചു.

"അവളെ കണ്ടവരാരുമില്ല. അവൾ കിടന്നിരുന്ന സ്ഥലത്തുനിന്നു പാമ്പിഴഞ്ഞ് അപ്രത്യക്ഷമാകുന്നതായിരുന്നു അവസാന രംഗമത്രെ." അപരിചിതൻ പറഞ്ഞു നിർത്തി.

പെരുവഴിയോരത്ത്

ആരോരും പോകാത്ത ഒരു പെരുവഴിയോരത്ത് നിന്നിരുന്ന ഒരു ഉണക്കമരപ്പൊത്തിൽ ഒരു മണിയനീച്ചയും കുടുംബവും പാർത്തിരുന്നു. മണിയനീച്ചയുടെയും മക്കളുടെയും ഭക്ഷണം തേനാണ്. പക്ഷേ, അടുത്തൊന്നും ഒരു പൂവോ ചെടിയോ പോലുമില്ല. അതിനാൽ മിക്കദിവസവും ആ കുടുംബം പട്ടിണിയിലായിരിക്കും.

അങ്ങനെയിരിക്കെ ഒരുദിവസം നട്ടുച്ച നേരത്ത് ആരോരും പോവാത്ത ആ പെരുവഴിയിലൂടെ ഒരുത്തൻ തലയിൽ വലിയൊരു ഭാണ്ഡവുമായി നടന്നുവരുന്നത് തന്റെ പൊത്തിലിരിക്കുകയായിരുന്ന മണിയനീച്ച കണ്ടു. ആൾ അടുത്തെത്തിയപ്പോഴാണ് അതുകൊട്ടാരത്തിലെ വെളുത്തേടനാണെന്നു മനസ്സിലായത്. തലയിലുള്ളത് അലക്കിത്തേച്ച് കൊട്ടാരത്തിലേക്ക് കൊണ്ടുപോകുന്ന വസ്ത്രങ്ങളും.

മണിയനീച്ച അലക്കുകാരന്റെ ഭാണ്ഡത്തിന്മേൽ പറന്നിറങ്ങി. നല്ലനല്ല വസ്ത്രങ്ങൾ. അതിലൊന്ന് തനിക്ക് കിട്ടിയിരുന്നെങ്കിലോ എന്നാഗ്രഹിക്കുകയും ചെയ്തു. പിന്നീടൊന്നും ആലോചിക്കാതെ വെളുത്തേടന്റെ പിരടിക്കു പിന്നിൽ നല്ലൊരു കുത്തുകൊടുത്തു. ഓർക്കാപ്പുറത്ത് ഏതോ ഭൂതത്തിന്റെ ആക്രമണം ഉണ്ടായെന്നു കരുതി അയാൾ ആ ഭാണ്ഡം

അവിടെയിട്ടോടി. പിന്നീട് അല്പംകഴിഞ്ഞു തിരിച്ചുവന്ന് ഭാണ്ഡമെടുത്തു പോയത് ഭടന്മാരുടെ അകമ്പടിയോടെയായിരുന്നു. അതിനകംതന്നെ രാജകുമാരൻ ധരിക്കുന്ന വിലയേറിയ പട്ടുകുപ്പായം മണിയനീച്ച അടിച്ചുമാറ്റിയിരുന്നു. എന്നിട്ട് അതും ധരിച്ച് തന്റെ പൊത്തിലിരുന്ന് വിലസാൻ തുടങ്ങി.

കൊട്ടാരത്തിലെ ചുമതലക്കാർ വസ്ത്രങ്ങൾ എണ്ണി വാങ്ങുമ്പോൾ അതിൽ കുമാരന്റെ മേലങ്കി കാണാനില്ല. അതെങ്ങനെ നഷ്ടപ്പെട്ടു എന്നു വെളുത്തേടന് ഒരു നിശ്ചയവുമില്ലായിരുന്നു. അതിന്റെ പരിണത ഫലം പറയേണ്ടതില്ലല്ലോ, അയാൾ ഉടനെ തടവിലായി.

താൻ ചെയ്ത വികൃതിമൂലം നിരപരാധിയായ വെളുത്തേടൻ ശിക്ഷ അനുഭവിക്കുന്നതറിഞ്ഞ് മണിയനീച്ചയ്ക്കു സങ്കടമായി. നടന്നതൊക്കെ തുറന്നുപറഞ്ഞ് അയാളെ മോചിപ്പിക്കണമെന്ന് ഈച്ച ഉറച്ചു. പക്ഷേ, ആരോട് പറയും. അപ്പോഴാണ് ആരോരും പോവാത്ത ആ പെരുവഴിയിലൂടെ ഒരാൾ വരുന്നതു കണ്ടത്. സൂക്ഷിച്ചു നോക്കിയപ്പോൾ മനസ്സിലായി, അതു രാജാവിന്റെ പടത്തലവനാണ്. ഉടനെ മണിയനീച്ച പടത്തലവന്റെ ചെവിയിൽ പറന്നിറങ്ങി. എന്നിട്ടു നടന്നതൊക്കെ പറയാൻ തുടങ്ങി. പക്ഷേ, അതുകേട്ടിട്ടും അയാൾക്കൊരു ഭാവഭേദവുമില്ല. ഒരു മണിയനീച്ച പറയുന്നത് ഒരുപക്ഷേ, ആ മനുഷ്യൻ കേൾക്കുന്നില്ലായിരിക്കാം, അല്ലെങ്കിൽ കേട്ടിട്ടും മനസ്സിലാകുന്നില്ലായിരിക്കാം, അല്ലെങ്കിൽ മനസ്സിലായിട്ടും ഇല്ലെന്നു നടിക്കുകയുമാവാം. അതാലോചിച്ചപ്പോൾ മണിയനു ദേഷ്യം വന്നു. ഉടനെ പടത്തലവന്റെ കാതിൽ നല്ലൊരു കുത്തുകൊടുക്കുകയും ചെയ്തു.

നിനച്ചിരിക്കാതെ ചെവിയിൽ കുത്തുകിട്ടിയ പടത്തലവന് വിറളിപിടിച്ചു എന്നുപറഞ്ഞാൽ മതിയല്ലോ. അയാൾ തന്റെ വാളും പരിചയും വഴിയിലുപേക്ഷിച്ചു വിരണ്ടോടി. വെറുതെ വീണുകിട്ടിയ രത്നഖചിതമായ വാളും പരിചയുമെടുത്ത് മണിയൻ തന്റെ പൊത്തിലേക്കു പോന്നു. എന്നിട്ട് അതിനകത്ത് ആയുധാഭ്യാസം പരിശീലിക്കാൻ തുടങ്ങി.

അതെന്തായാലും ആയുധം നഷ്ടപ്പെടുത്തിയതിനും ഒരു ഭീരുവിനെപ്പോലെ പേടിച്ചോടിയതിനും പടത്തലവനെ ജയിലിലടച്ചു. അപ്പോഴും ഏത് യക്ഷിയാണ് തന്നെ ആക്രമിച്ച തെന്ന് അയാൾക്കറിയുമായിരുന്നില്ല.

താൻ കാരണം മറ്റൊരു പാവത്താൻകൂടി തടവറയിലെത്തി യെന്നറിഞ്ഞ മണിയന് വീണ്ടും ഇരിക്കപ്പൊറുതിയില്ലാതായി. ഇനി അവരെ രണ്ടുപേരെയും രക്ഷിച്ചിട്ടുതന്നെ കാര്യം എന്നവൻ നിശ്ചയിച്ചുറച്ചു. ഒരുപക്ഷേ, മന്ത്രിയെ കണ്ടുപറ ഞ്ഞാൽ കാര്യം നടന്നേക്കുമെന്നു കരുതിയിരിക്കുമ്പോഴാണ് മന്ത്രി കുതിരപ്പുറത്തു കയറി ആരോരും പോകാത്ത പെരുവഴി യിലൂടെ വരുന്നത്. അതുകണ്ട മണിയനു സന്തോഷമായി. അവൻ ഉടനെ മന്ത്രിയിരിക്കുന്ന കുതിരയുടെമേൽ പറന്നിറങ്ങി. എന്നിട്ട് അതിനെ തന്റെ പൊത്തിലേക്കു നയിക്കാൻ ശ്രമിച്ചു. അവിടെ ചെന്നിരുന്നിട്ടുവേണം മന്ത്രിയോടെല്ലാം തുറന്നു പറയാൻ, ഈച്ച നിരീച്ചു.

പക്ഷേ, കുതിരയുണ്ടോ മണിയൻ പറയുന്നതു കേൾ ക്കുന്നു. അതു മന്ത്രി തെളിച്ചവഴിക്കു നീങ്ങുകയാണ്. മണി യനു അരിശംവന്നു. അവൻ കുതിരയുടെ കണ്ണിനിട്ടുതന്നെ ഒരു കുത്തുകുത്തി. വേദനകൊണ്ട് പുളഞ്ഞ കുതിര ഒരുനിമിഷം കൊണ്ട് വായുവിലേക്കൊരു ചാട്ടം. ആ ചാട്ടത്തിൽ കുതിര പ്പുറത്തുനിന്നും വീണ മന്ത്രിയുടെ നടുവൊടിഞ്ഞില്ലെന്നു മാത്രം. അതെന്തായാലും മന്ത്രി സടകുടഞ്ഞെഴുന്നേല്ക്കു മ്പോഴേക്കും കുതിരയുമായി മണിയൻ തന്റെ പൊത്തിലേക്കു മറഞ്ഞിരുന്നു.

ഇത്ര പെട്ടെന്ന് കുതിര എങ്ങനെ അപ്രത്യക്ഷമായി എന്നറിയാതെ മന്ത്രി ഒരുനിമിഷം ശങ്കിച്ചുനിന്നു. പിന്നീട് അതൊരു പ്രേതബാധയായിരിക്കുമെന്നുറപ്പിച്ച് സത്വരം സ്ഥലം വിടുകയും ചെയ്തു.

പക്ഷേ, മന്ത്രിയുടെ വിശദീകരണമൊന്നും രാജാവ് ചെവിക്കൊണ്ടില്ല. കൃത്യവിലോപത്തിനും അതിനായി ബാലിശമായ കാരണങ്ങൾ നിരത്തിയതിനും മന്ത്രി തുറുങ്കിലട

യ്ക്കപ്പെട്ടു. നിത്യേന രാജവസ്ത്രം ധരിച്ച് വാളും പരിചയും കൈയിലേന്തി കുതിരപ്പുറത്തിരുന്ന് തന്റെ പൊത്തിനകത്ത് സവാരി ചെയ്യുമായിരുന്ന മണിയനും ആ വിവരമറിഞ്ഞു. താൻ കാരണം നിരപരാധികൾ ശിക്ഷിക്കപ്പെടുന്നത് ഏറി വരുന്നു, അതിനൊരു പരിഹാരം താൻതന്നെ കണ്ടുപിടിക്കണം, മണിയനീച്ച മനസ്സിലുറച്ചു.

അങ്ങനെയിരിക്കെയതാ ആരോരും പോകാത്ത പെരുവഴിയിലൂടെ ഒരാൾ വരുന്നു. അടുത്തെത്തിയപ്പോഴാണ് അത് യുവകോമളനായ രാജകുമാരനാണെന്നു മണിയനു മനസ്സിലായത്. തലയിലെ കിരീടം മുതൽ കാലിലെ ചെരിപ്പുവരെ എല്ലാം സ്വർണ്ണം തന്നെ.

ഉടനെ മണിയനീച്ച കുമാരന്റെ മൂക്കിന്മേൽത്തന്നെ പറന്നിരുന്നു. എന്നാലേ കുമാരൻ തന്നെ കാണുകയുള്ളൂ. മുമ്പ് വെളുത്തേടനും പടത്തലവനും മന്ത്രിയുമൊക്കെ തന്നെ കാണാതിരുന്നതുകൊണ്ടാണ് യക്ഷിയും ഭൂതവും പ്രേതവുമായി അവർ തന്നെ തെറ്റിദ്ധരിച്ചത്.

രാജകുമാരന്റെ മൂക്കറ്റത്തിരുന്ന് എന്തോ പറയാൻ മണിയൻ ഭാവിക്കുകയായിരുന്നു. എന്നാൽ തന്റെ മൂക്കിന്മേൽ ഒരു പ്രാണിയിരിക്കുന്നതു കണ്ട് അരിശംതോന്നിയ കുമാരൻ മണിയനെ അടിച്ചുകൊല്ലാനാഞ്ഞു. ഞൊടിയിടയിൽ അതുമനസ്സിലാക്കിയ മണിയൻ കോപംകൊണ്ടു വിറച്ചു. എന്നിട്ട് കുമാരന്റെ മൂക്കു കുത്തിപ്പൊട്ടിച്ച് പറന്നകലുകയും ചെയ്തു.

പക്ഷേ, അതിനുമുമ്പേ കുത്തിന്റെ ആഘാതത്തിൽ കുമാരൻ നിലത്തുവീഴുകയും അവന്റെ ശിരസ്സിൽനിന്നും കിരീടവും കാലുകളിൽ നിന്ന് ചെരുപ്പുകളും തെറിച്ചുപോവുകയും ചെയ്തിരുന്നു. അതെല്ലാം പൊടുന്നനെ കൈക്കലാക്കി മണിയൻ തന്റെ പൊത്തിൽ തിരിച്ചെത്തി.

നടന്നതൊന്നും മനസ്സിലാകാതിരുന്ന രാജകുമാരൻ മൂക്കും പൊത്തിപ്പിടിച്ച് വേച്ചുവേച്ച് കൊട്ടാരത്തിൽ തിരിച്ചെത്തി. എല്ലാം കേട്ടുകഴിഞ്ഞപ്പോൾ രാജാവിന് അരിശവും സങ്കടവും ഒന്നിച്ചു വന്നു. പക്ഷേ, കുമാരനല്ലേ തടവിലിടാൻ കഴിയില്ലല്ലോ.

മാത്രമല്ല അക്രമിയെക്കുറിച്ച് കുമാരൻ ഒരു സൂചന നല്കുകയും ചെയ്തില്ലല്ലോ. ഉടനെ കുറ്റവാളിയെ കണ്ടെത്തി കൊള്ളയടിക്കപ്പെട്ട വസ്തുക്കളുമായി രാജാവിനു മുമ്പാകെ ഹാജരാക്കുന്നവർക്ക് വിലയേറിയ സമ്മാനങ്ങൾ അദ്ദേഹം പ്രഖ്യാപിച്ചു.

മേലങ്കിയണിഞ്ഞ് കിരീടവും പാദുകവും ധരിച്ച് വാളും പരിചയുമേന്തി കുതിരപ്പുറത്തിരുന്ന് തന്റെ പൊത്തിൽ കവാത്തു നടത്തുകയായിരുന്ന മണിയനീച്ചയും ഈ വിവരം എങ്ങനെയോ അറിഞ്ഞു. അതുകേട്ടു മണിയനു വലിയ സന്തോഷമായി.

ഉടനെ മണിയൻ കൊട്ടാരത്തിലേക്കു വെച്ചുപിടിച്ചു. തന്റെ കൈയിലുള്ള മുതലെല്ലാം തിരിച്ചുതരാം. പക്ഷേ, തടവിലിട്ടവരെയെല്ലാം മോചിപ്പിക്കണം. പുറമെ കൊട്ടാരവളപ്പിലെ ഉദ്യാനത്തിലെ ഒരു മരത്തിൽ തനിക്കും കുടുംബത്തിനും ഒരു പൊത്ത് അനുവദിക്കണം. പുറമെ ഉദ്യാനത്തിലെ പൂച്ചെടികളിൽനിന്നും തേൻ നുകരാനുള്ള സ്വാതന്ത്ര്യവും.

കുഞ്ഞുമണിയന്റെ അഭ്യർത്ഥനകൾ കേട്ടു രാജാവ് ഒരു പുഞ്ചിരിയോടെ അതെല്ലാം അനുവദിച്ച് കല്പനയിറക്കുകയും ചെയ്തു.

അപ്പൂപ്പൻ പറവകൾ

പണ്ടുപണ്ടു ഫിൻലന്റിലെ ഒരു വിദൂര ഗ്രാമത്തിൽ ഹന്ന എന്ന ഒരു പെൺകുട്ടി ജീവിച്ചിരുന്നു. അവൾക്കാകെയുണ്ടായിരുന്നത് പ്രായമേറെച്ചെന്ന അവളുടെ മുത്തശ്ശി മാത്രമായിരുന്നു.

“എങ്ങനെയാണ് എന്റെ അച്ഛനമ്മമാർ മരണമടഞ്ഞത്?” ഓർമ്മവെച്ച നാൾമുതൽ അവൾ അമ്മൂമ്മയോട് ചോദിക്കുമായിരുന്നു.

“അതൊന്നും കൃത്യമായി അറിയില്ല. നീ കൈക്കുഞ്ഞായിരിക്കുന്ന ഒരു നാളിൽ അവർ രണ്ടുപേരും കാട്ടിലേക്ക് തേൻ ശേഖരിക്കാൻ പോയതാണ്. പിന്നീട് തിരിച്ചുവന്നില്ല. കുറേ ദിവസം കഴിഞ്ഞ് രണ്ടു അസ്ഥിപഞ്ജരങ്ങൾ വനത്തിൽ കണ്ടതായി ആരോ പറഞ്ഞു.” മുത്തശ്ശി വിതുമ്പിക്കൊണ്ട് അറിയിക്കും.

“അവരെ ആരായിരിക്കും കൊന്നിരിക്കുക?” ഹന്ന നിഷ്കളങ്കതയോടെ തിരക്കും. “അറിഞ്ഞുകൂടാ. പക്ഷേ, അതുകഴിഞ്ഞ് ഈ വഴിക്കുവന്ന ഒരു ദിവ്യൻ പറഞ്ഞത് മനുഷ്യഭോജിയായ ഒരു ഔഗറിന് അവർ ഇരയായെന്നാണ്.”

“ഔഗർ രാക്ഷസൻ എന്നെയും പിടിച്ചു തിന്നുമോ?” ആ ബാലിക ഭയപ്പാടോടെ ചോദ്യം തുടരും.

"ഇല്ല. നീയായിരിക്കും ആ രാക്ഷസനെ വധിക്കുക എന്നാണ് ദിവ്യൻ പറഞ്ഞത്." മുത്തശ്ശി പറയും.

"അതിനു ഞാനിനിയും ഒത്തിരി വളരേണ്ടതില്ലേ?"

"വേണ്ട, ദിവ്യൻ പറഞ്ഞ പ്രകാരം ഇപ്പോൾ നിനക്കതിനുള്ള പ്രായം ആയിട്ടുണ്ട്." മുത്തശ്ശി ഹന്നയെ ഒരുനാൾ അറിയിച്ചു.

അന്നൊരുച്ചയ്ക്ക് ആഹാരവും കഴിഞ്ഞ് മുത്തശ്ശിയും ഹന്നയും ചെറുതായൊന്നു മയങ്ങാൻ കിടന്നു. അന്നും എന്നത്തെയുംപോലെ അവൾക്ക് കഥ കേൾക്കണം. എന്നുംപറയാൻ മുത്തശ്ശിയുടെ കൈയിൽ എന്തു കഥയിരിക്കുന്നു.

ഒടുവിൽ അവളുടെ മാതാപിതാക്കൾ കാട്ടിൽ പോയതും അവസാനം അവരെ ഔഗർ ഭക്ഷിച്ചതും ആ രാക്ഷസനെ ഹന്ന വധിക്കുമെന്ന് ദിവ്യൻ പറഞ്ഞതുമൊക്കെ മുത്തശ്ശി വിവരിച്ചു കൊണ്ടിരുന്നു. അതുകേൾക്കുമ്പോൾ അവളുടെ കൺപോളകൾ ഇടയ്ക്കിടയ്ക്ക് അടഞ്ഞുകൊണ്ടിരുന്നു.

അതെന്തായാലും അതോടെ മുത്തശ്ശി കഥ നിർത്തി ഉറക്കത്തിലേക്ക് വീണു. താൻ എങ്ങനെ രാക്ഷസന്റെ കഥകഴിക്കും എന്നറിയാനും മറ്റും ഹന്നയ്ക്ക് തിടുക്കമായി. പക്ഷേ, അതെങ്ങനെ, ആരുപറഞ്ഞ് അറിയും? അങ്ങനെ ആലോചിച്ചപ്പോഴാണ് പെട്ടെന്നൊരു കാര്യം അവൾക്കോർമ്മ വന്നത്. അപ്പൂപ്പനോട് ചോദിക്കുകതന്നെ.

ഹന്നയുടെ ഗ്രാമത്തിൽ വയസ്സേറെച്ചെന്ന ഒരു അപ്പൂപ്പൻ താമസിച്ചിരുന്നു. ഒറ്റയ്ക്ക് ഒരു കുടിലിൽ താമസിച്ചിരുന്ന അപ്പൂപ്പനെ മുതിർന്നവരൊക്കെ സംശയത്തോടെയാണ് വീക്ഷിച്ചിരുന്നതെങ്കിലും കുട്ടികൾക്ക് അപ്പൂപ്പനെ വലിയ ഇഷ്ടമായിരുന്നു. നേരെ മറിച്ചും. അപ്പൂപ്പന്റെ പേർ ലൂസിഫർ. ഗ്രാമത്തിൽ എത്തിയിട്ട് കുറച്ചു വർഷങ്ങളേ ആയിട്ടുള്ളൂ.

ഗ്രാമത്തിലെ കുട്ടികൾ ലൂസിഫറിനെ ഇഷ്ടപ്പെടാൻ പ്രധാന കാരണം അദ്ദേഹത്തിന്റെ കഥകൾതന്നെ. എത്രയെത്ര വിചിത്ര കഥകളാണ് അദ്ദേഹത്തിനറിയുന്നത്.

പല ദിവസങ്ങളിലും വൈകുന്നേരത്തോടടുത്ത് കുട്ടികൾ

ലൂസിഫറിനെ കാണാനെത്തും. അവർ നിർബ്ബന്ധിച്ചാൽ അയാൾ കഥപറയാൻ തുടങ്ങും. പക്ഷേ, ഒരുകാര്യം. ഇരുട്ടി കുറെയേറെ വൈകിയാലും കഥ കഴിഞ്ഞിട്ടുണ്ടാവില്ല. അപ്പോൾ ലൂസിഫർ സ്നേഹത്തോടെ പറയും:

"മക്കളേ, നേരം വളരെ വൈകി. ഇനിയും നിങ്ങൾ വീട്ടിലേക്ക് മടങ്ങുക. അവിടെ നിങ്ങളെയുംകാത്ത് ഇഷ്ട ജനങ്ങൾ ഉണ്ടാവുമല്ലോ."

അതുകേട്ടു മിക്ക കുട്ടികളും വീടുകളിലേക്ക് മടങ്ങും. മൂന്നോ നാലോ പേർ ബാക്കിയായാൽ അവരെയും സ്നേഹപൂർവ്വം നിർബ്ബന്ധിച്ച് തിരിച്ചയക്കും. അവസാനത്തെ ഒരുത്തൻ ബാക്കിയാവുന്നതുവരെ.

"എന്തുവന്നാലും കഥമുഴുവൻ കേട്ടിട്ടേ ഞാൻ മടങ്ങൂ, അല്ലെങ്കിൽ ഇന്നു രാത്രി ഇവിടെ തങ്ങും." അവസാനത്തെയാൾ അങ്ങനെ ശാഠ്യംപിടിക്കും. മനസ്സില്ലാ മനസ്സോടെ വൃദ്ധൻ അതിനു സമ്മതിക്കുകയും ചെയ്യും.

ഈ വിവരമൊന്നും ഹന്നയ്ക്ക് അറിയാമായിരുന്നില്ല. പക്ഷേ, ഒരുകാര്യം അവൾക്കും ഗ്രാമവാസികൾക്കും അറിയാമായിരുന്നു. കഥപറച്ചിൽ നടക്കുന്ന ദിവസത്തിന്റെ പിറ്റേന്നു മുതൽ ഗ്രാമത്തിലെ ഒരു കുട്ടിയെ കാണാനുണ്ടാവില്ല. പലരും ലൂസിഫറെ സംശയിച്ചിരുന്നതുമാണ്. പക്ഷേ, കുട്ടികളെ സ്നേഹിക്കുകയും അവർക്കു കഥകൾ പറഞ്ഞുകൊടുക്കുകയും ചെയ്യുന്ന നിർദ്ദോഷിയായ ഒരു പടുകിഴവൻ എന്താ അവരെ കൊന്നുതിന്നുമോ എന്നായിരിക്കും മറ്റുപലരും തിരിച്ച് ചോദിക്കുക. അതോടെ അത്തരം ചർച്ചകൾ അവിടെ അവസാനിക്കുകയും ചെയ്യും.

അതെന്തായാലും അമ്മൂമ്മ പറഞ്ഞതിന്റെ ബാക്കി അറിയാനായിരുന്നു ഹന്നയ്ക്ക് തിടുക്കം. ഉറക്കത്തിലേക്ക് വീണുകൊണ്ടിരിക്കുന്ന അവൾ കട്ടിലിൽനിന്നും എഴുന്നേറ്റ് ആരുമറിയാതെ വൃദ്ധന്റെ കുടിലിലേക്കോടി.

വലിയ പക്ഷിപ്രിയനായിരുന്നു ലൂസിഫർ. കുട്ടികൾ ചുറ്റുമില്ലെങ്കിൽ അയാൾ മുറ്റത്തിറങ്ങിയിരിക്കും. കൂടെ

പറവകൾക്കായുള്ള പലതരം തീറ്റയും കരുതിയിരിക്കും. ധാന്യങ്ങൾ, പയറുവർഗ്ഗങ്ങൾ, പഴങ്ങൾ അങ്ങനെ പലതരം തീറ്റകളാണ് പക്ഷികൾക്ക് കൊടുക്കുന്നത്. അതൊക്കെ കൊത്തിത്തിന്നാനായി പലതരം വിചിത്ര മനോഹര പക്ഷികളും ദിവസേന അവിടെ വരാറുണ്ട്. അവയൊക്കെ യാതൊരു ഭയവുമില്ലാതെ ലൂസിഫറിന്റെ കൈവെള്ളയിൽനിന്നും തീറ്റകൊത്തിത്തിന്നുന്നതു തന്നെ ഒരു ചേതോഹര കാഴ്ച യാണ്.

ഹന്ന എത്തുമ്പോഴും പറവകളുടെ നടുവിലായിരുന്നു ലൂസിഫർ. അവളെ കണ്ടതും അയാൾ ഒരു പുഞ്ചിരിയോടെ എഴുന്നേറ്റുവന്ന് അവളെ അകത്തേക്കാനയിച്ചു. അവർ കഥ പറയുന്ന മുറിയിലെത്തിയപ്പോൾ ലൂസിഫർ മൊഴിഞ്ഞു:

"ആദ്യമായിട്ടാണ് ഒരു പെൺകുട്ടി ഒറ്റയ്ക്ക് കഥ കേൾ ക്കാൻ ഇവിടെ എത്തിയിരിക്കുന്നത്. അതിനാൽ മറ്റാരോടും പറയാത്ത രഹസ്യകഥകൾ നിന്നോടുമാത്രം പറയാം."

"അതിനുമുമ്പ് മുറ്റത്തുനിന്നും ഒരു ഓമനപ്പക്ഷിയെ എനിക്കു തരുമോ?" ഹന്ന ചോദിച്ചു.

"അതിനെന്താ?" എന്നുപറഞ്ഞ് ലൂസിഫർ ഒന്നു കൈകൊട്ടി. അന്നേരം ഒരു പക്ഷി അകത്തേക്കു പറന്നുവന്നു അയാളുടെ ചുമലിലിരുന്നു. ആ സുന്ദരിക്കിളിയെ പിടിച്ച് തന്റെ മടിയിലിരുത്തി താലോലിക്കാൻ തുടങ്ങി ഹന്ന. അതുകണ്ടു ലൂസിഫർ പറഞ്ഞു.

"പക്ഷേ, സൂക്ഷിക്കണം. ഇതാരാണെന്ന് നിനക്കറിയേണ്ടേ? ഇവളാണ് നിന്റെ പഴയ കൂട്ടുകാരി പാട്രീഷ്യ."

അതുകേട്ട് ഹന്ന ഞെട്ടിപ്പോയി. അവളുടെ ഏറ്റവുമടുത്ത സ്നേഹിതയായിരുന്നു മാസങ്ങൾക്കു മുമ്പ് അപ്രത്യക്ഷയായ പാട്രീഷ്യ. ഒരുദിവസം കഥകേൾക്കാൻ അവർ ഒന്നിച്ചു വന്നതാണ്. അടുത്ത ദിവസം മുതൽ അവളെക്കുറിച്ച് ഒരു വിവരവുമില്ല.

"പാട്രീഷ്യ എങ്ങനെ കുരുവിയായി?" പേടിച്ചുകൊണ്ട് ഹന്ന ചോദിച്ചു.

പക്ഷേ, വളരെ സൗമ്യനായാണ് ലൂസിഫർ അതിനു മറുപടി പറഞ്ഞത്

“ഒരു ദിവസം കഥകേൾക്കാൻ വന്ന കുട്ടികളുടെ കൂട്ടത്തിൽ നിങ്ങൾ രണ്ടുപേരും ഉണ്ടായിരുന്നത് ഓർമ്മയില്ലേ? അന്നു കഥമുഴുവൻ കേൾക്കാതെ തിരിച്ച് പോവില്ലെന്ന് പാട്രീഷ്യ ശാഠ്യംപിടിച്ചു. അങ്ങനെ അവൾ രാത്രി ഇവിടെ തനിച്ചായി. അപ്പോൾ ഞാൻ അവളുടെ കഴുത്തിൽ ഒരു സ്വർണ്ണ ചെയിൻ ഇട്ടുകൊടുത്തു. അതോടെ അവൾക്ക് വലിയ സന്തോഷമായി. പക്ഷേ, ആ സന്തോഷം അധികസമയം നീണ്ടുനിന്നില്ല. ആ ചെയിൻ ഉടനെ അവളുടെ കഴുത്തിൽ വരിഞ്ഞുമുറുകി. അതോടെ അവളുടെ ബോധം നശിച്ചു. ആ സമയം അവളുടെ കഴുത്തിലെ ഞരമ്പു കടിച്ചുമുറിച്ച് അവളുടെ രക്തം ഞാൻ ഊറ്റിക്കുടിച്ചു. ഒരു പക്ഷിക്ക് ആവശ്യമുള്ളത്ര രക്തം മാത്രം ബാക്കിവെച്ചു. പിന്നീട് അവൾ ഉണർന്നപ്പോൾ ഇതാ, ഈ പക്ഷിയായിത്തീർന്നിരുന്നു.”

അതുകേട്ട ഹന്ന വീണ്ടും ഞെട്ടി എങ്കിലും പാട്രീഷ്യക്കു ഇനിയും മനുഷ്യരൂപം തിരിച്ചുകിട്ടില്ലേ എന്നവൾ ആരാഞ്ഞു.

“ഒരിക്കലുമില്ല. കാരണം അവളുടെ കഴുത്തിലുള്ളത് ഒരു മാന്ത്രിക ചെയിനാണ്. അത് അവിടെയുള്ളിടത്തോളം കാലം അവൾ പക്ഷിയായിത്തന്നെയിരിക്കും. കിഴവൻ പറഞ്ഞു. അവൾ മാത്രമല്ല, ഇക്കാണുന്ന പക്ഷികളൊക്കെ ഈ ഗ്രാമത്തിൽനിന്നും പലപ്പോഴായി അപ്രത്യക്ഷരായ ബാലികാബാലന്മാരാണ്. അവരുടെ കഴുത്തിലൊക്കെ മാന്ത്രിക ബന്ധനങ്ങളുമുണ്ട്. ഇനിയുള്ളകാലം പറവകളായി കഴിയാനാണ് അവയ്ക്ക് യോഗം.”

“പിന്നെയെന്തിനു നിങ്ങൾ അവയ്ക്ക് തീറ്റകൊടുത്ത് പരിപാലിക്കുന്നു? അവയെയൊക്കെ കൊന്നുതിന്നുകൂടെ?” ഹന്ന ചോദിച്ചു.

അതുകേട്ട ലൂസിഫറിനു കോപം അടക്കാനായില്ല. അയാൾ ആക്രോശിച്ചു.

“ഇവരെ ഞാൻ ആഹാരം കൊടുത്തു വളർത്തുന്നതിന്റെ

രഹസ്യം നിനക്കറിയണമല്ലേ? എങ്കിൽ കേട്ടോളൂ. നല്ല തീറ്റ കിട്ടുമ്പോൾ ഇവ തടിച്ചു വലുതാകും മെല്ലെമെല്ലെ ഒരു മനുഷ്യക്കുട്ടിയുടെ അത്രയും രക്തം ഇവരുടെ ശരീരത്തിൽ കുമിഞ്ഞുകൂടും. അന്നേരം അവയുടെ കഴുത്തിൽ മാന്ത്രിക വളയത്തിനു താഴെ ഒരു സുഷിരമുണ്ടാക്കി ആ ചുടുരക്ത മൊക്കെ ഞാൻ ഊറ്റിക്കുടിക്കും. അതോടെ, അവ വീണ്ടും പഴയപടിയായിത്തീരും അങ്ങനെ ഇവയെ ഞാൻ കൊല്ലാതെ തിന്നുന്നു."

ലൂസിഫറിന്റെ വിശദീകരണമൊന്നും ഹന്നയ്ക്ക് വിശ്വസിക്കാനായില്ല.

"മനുഷ്യരക്തം കുടിക്കുന്ന നിങ്ങൾ എന്തു മനുഷ്യനാണ്?" അവൾ അവജ്ഞയോടെ ചോദിച്ചു.

അതുകേട്ടു ലൂസിഫർ പൊട്ടിച്ചിരിച്ചു. അന്നേരം അയാളുടെ മേൽത്താടിയിലെ രണ്ടുവശത്തും രണ്ടുവലിയ ദംഷ്ട്രകൾ എഴുന്നു നില്ക്കുന്നത് ഹന്ന ശ്രദ്ധിച്ചു. എന്നിട്ടയാൾ പറഞ്ഞു തുടങ്ങി.

"ഞാൻ ഒരു മനുഷ്യനാണെന്ന് ആര് പറഞ്ഞു. ഞാൻ മനുഷ്യമാംസം ഭക്ഷിക്കുന്ന ഒരു ഔഗർ രാക്ഷസനായിരുന്നു. ഒരിക്കൽ എന്റെ വാസസ്ഥലമായിരുന്ന കാട്ടിൽവന്ന ദമ്പതികളെ ഞാൻ കൊന്നുതിന്നു. അന്നേരം ആ വഴിക്കു വന്ന ഒരു ദിവ്യൻ ഇനിയൊരിക്കലും നിനക്കു മനുഷ്യമാംസം ഭുജിക്കാൻ ഇടവരാതിരിക്കട്ടെ എന്നു ശപിച്ചു. അങ്ങനെയാണ് ഞാൻ കാടുവിട്ടിറങ്ങി ഇവിടെവന്നു കുട്ടികളുടെ രക്തം കുടിച്ചു ജീവിക്കാൻ നിർബ്ബന്ധിതനായത്."

അത്രയും കേട്ടപ്പോഴാണ് മുത്തശ്ശി പറഞ്ഞതൊക്കെ ഹന്നയുടെ മനസ്സിൽ ഓടിയെത്തിയത്. താൻ അവസാനമായി കൊന്ന ദമ്പതികളുടെ മകളാണ് ഹന്നയെന്നും തന്റെ അവസാനം അവളാലായിരിക്കുമെന്ന പ്രവചനം രാക്ഷസനറി യില്ലെന്നും അതോടെ ഹന്നയ്ക്കു ബോദ്ധ്യമായി. എങ്കിലും ഒരു കാര്യംകൂടി അവൾക്കറിയാനുണ്ടായിരുന്നു.

"അപ്പോൾ ലൂസിഫർ ഒരു രാക്ഷസനാണെന്നു

ജനങ്ങൾക്കറിയില്ലെന്നു മനസ്സിലായി. പക്ഷേ, കുരുവികളായി മാറിയ ഈ കുരുന്നുകൾക്കും നിങ്ങളുടെ നിജസ്ഥിതി അറിയില്ലേ?" അവൾ ചോദിച്ചു.

"എങ്ങനെ അറിയാൻ, അവർ സന്തോഷപൂർവ്വം സ്വീകരിച്ച മാന്ത്രിക ചെയിൻ കഴുത്തിലണിഞ്ഞതോടെ അവരുടെ സ്വബോധം നഷ്ടപ്പെട്ടിരുന്നു. അതിനാൽ അവരെല്ലാം മറ്റേതൊരു പക്ഷികളെപ്പോലെയുമാണ്. ഈ പയറും പഴവും ഉള്ളിടത്തോളം കാലം അവ ഈ മുറ്റത്തു വന്നുകൊണ്ടിരിക്കും," ലൂസിഫർ കഥ മുഴുവൻ ഹന്നയോട് പറഞ്ഞു.

അത്രയുമായപ്പോൾ തന്റെ ജീവൻ എങ്ങനെ രക്ഷിക്കും എന്നതിലായി ഹന്നയുടെ ചിന്ത. ഒരുപക്ഷേ, രാക്ഷസനോട് തന്നെ പോകാനനുവദിക്കണമെന്ന് കരഞ്ഞു പറഞ്ഞാലോ. വീട്ടിൽ മുത്തശ്ശി മാത്രമേയുള്ളൂ എന്നറിഞ്ഞാൽ ഒരുപക്ഷേ, അനുവാദം കിട്ടിയേക്കും.

"നിന്നെ തിരിച്ചുപോകാൻ അനുവദിക്കുകയോ?" രാക്ഷസൻ പരിഹാസപൂർവ്വം ചോദിച്ചു. "എന്റെ മുഴുവൻ രഹസ്യങ്ങളും അറിയുന്ന ഏക വ്യക്തിയാണു നീ. നീ പോയാൽ നിന്നിലൂടെ വിവരമറിയുന്ന ഗ്രാമീണർ എന്നെ തല്ലിക്കൊല്ലും. മാത്രവുമല്ല മനുഷ്യരൂപത്തിലായിരിക്കെത്തന്നെ വിവരം മുഴുവൻ നീയറിഞ്ഞതിനാൽ പക്ഷിയായിത്തീർന്നാലും എല്ലാ രഹസ്യവും നിനക്കറിവുണ്ടായിരിക്കും. അതിനാൽ മറ്റുകുട്ടികളെപ്പോലെ നിന്നെ പക്ഷിയായിപ്പോലും ജീവിക്കാൻ സമ്മതിക്കുന്ന പ്രശ്നമില്ല. മരണം മാത്രമേ നിന്റെ മുന്നിലുള്ളൂ." ഔഗർ വിധി പറഞ്ഞു.

"എങ്ങനെയായിരിക്കും എന്റെ മരണം?" മറ്റെന്തോ ചിന്തിച്ചിട്ടെന്നവണ്ണം ഹന്ന ശാന്തയായി ചോദിച്ചു.

"മാന്ത്രിക വളയം കൊണ്ടുതന്നെ. അതു കഴുത്തിൽ വീണയുടനെ ആരുടെയും ബോധം നശിക്കും. ഉടനെ ആ വ്യക്തിയുടെ രക്തം ഊറ്റിക്കുടിച്ചാൽ അത് ഒരു കിളിയായി മാറും. അങ്ങനെ ചെയ്തില്ലെങ്കിൽ ചെയിൻ കഴുത്തിൽ മുറുകി ശ്വാസം മുട്ടി ചത്തുപോകും."

ലൂസിഫർ തുടർന്നു.

“നിനക്ക് ഒരു ഔദാര്യമുണ്ട്. നിന്റെ രക്തം ഞാൻ കുടിക്കുന്നില്ല. അങ്ങനെ ചെയ്താൽ കഴുത്തിൽ മുറുകി ശ്വാസംമുട്ടി നിനക്കു മരിക്കാം. പക്ഷേ, ഭയപ്പെടേണ്ട. അതൊക്കെ അറിയുന്നതിനുമുമ്പേ നിന്റെ ബോധം നശിച്ചിരിക്കും.” അവൻ കുടുകുടാ ചിരിച്ചു.

“പക്ഷേ, മരിക്കുന്നതിനുമുമ്പ് അവസാനത്തെ ആഗ്രഹം സാധിച്ചുകൊടുക്കുക എന്നൊന്നുണ്ടല്ലോ?”

“ഉണ്ട്, തീർച്ചയായും ഉണ്ട്. നിന്റെയും അവസാനത്തെ ആഗ്രഹം സാധിച്ചുതരാം. പറഞ്ഞോളൂ.” രാക്ഷസൻ ചിരിച്ചു.

“എങ്കിൽ എന്റെ കൈയിലുള്ള ഈ പക്ഷിയുണ്ടല്ലോ, എന്റെ പാട്രീഷ്യ, ഇവളെ എനിക്കു പൊരിച്ചു തിന്നണം.” ഹന്ന പറഞ്ഞു.

ഒന്നാലോചിച്ചതിനു ശേഷം ലൂസിഫർ പറഞ്ഞു.

“ശരി, നിന്റെ അവസാനത്തെ ആഗ്രഹമല്ലേ. നടക്കട്ടെ. അവളെക്കൊന്ന് തൂവലും മറ്റും കളഞ്ഞ് വൃത്തിയാക്കിക്കൊണ്ടുവന്നോളൂ. അപ്പോഴേക്കും ഞാൻ എണ്ണ ചൂടാക്കാം.” രാക്ഷസൻ നിർദ്ദേശിച്ചു.

ഇതുതന്നെയായിരുന്നു ഹന്ന പ്രതീക്ഷിച്ചിരുന്ന നിമിഷവും. അവൾ പക്ഷിയെയും പിടിച്ച് ഒരു കത്തിയുമെടുത്ത് ഒരു ഇരുട്ട് മുറിയിലേക്കുപോയി. അവിടെ പക്ഷിയുടെ കഴുത്തിൽ പരതി വളയം കണ്ടുപിടിച്ചു. അല്പം പ്രയാസപ്പെട്ടാണെങ്കിലും അതിനടിയിൽ വിരലുകളൂന്നി വളയം വികസിപ്പിച്ചു. അല്പം വികസിച്ചതോടെ പക്ഷിത്തല അതിൽനിന്നും ഊരിയെടുക്കാൻ കഴിഞ്ഞു. ഉടനെതന്നെ പക്ഷേ, എങ്ങോട്ടോ പറന്നുപോവുകയും ചെയ്തു.

വളയം ഹന്നയുടെ കൈയിലെത്തിയതോടെ അതു വലുതായി പൂർവ്വസ്ഥിതി പ്രാപിച്ചു. ഇപ്പോൾ ഹന്നയുടെ കൈയിൽ ഒരു മാന്ത്രിക വളയമുണ്ട്. ഇക്കാര്യമൊന്നും ലൂസിഫറിനറിയില്ലായിരുന്നു. വളയവുമായി ഹന്ന അടുക്കളയിലേക്ക് ചെല്ലുമ്പോൾ എണ്ണ ചൂടാക്കാനായി അയാൾ അടുപ്പിൽ ഊതുകയായിരുന്നു.

“അയ്യോ തീ ഞാൻ കത്തിച്ചുതരാം, എന്നുപറഞ്ഞ് ഹന്ന ഒരു ഓലയെടുത്ത് അടുപ്പിലേക്കിട്ടു. അന്നേരം അടുപ്പിലെ വെണ്ണീർകൊണ്ട് ലൂസിഫറിന്റെ കണ്ണുകൾ മൂടിപ്പോയി. അയാൾ കണ്ണടച്ചു ചുറ്റും പരതാൻ തുടങ്ങിയതുകണ്ട് ഹന്നയ്ക്ക് തന്റെ അവസരം എത്തിയെന്നുറപ്പായി.

ഉടനെ അവൾ തന്റെ കൈയിലിരുന്ന മാന്ത്രിക വളയം ലൂസിഫറിന്റെ കഴുത്തിലേക്ക് വലിച്ചിറക്കി. അടുത്ത നിമിഷംതന്നെ ആ ഔഗറിന്റെ ബോധം നശിച്ച് അവൻ അടുപ്പിലേക്ക് തലതല്ലി വീണു.

അതുകണ്ടു ഹന്ന പറഞ്ഞു: “ലൂസിഫറേ, നിനക്കും എന്റെ വക ഒരു ഔദാര്യമുണ്ട്, നിന്റെ രക്തം ഞാനും കുടിക്കുന്നില്ല.” കഴുത്തുമുറുകി ശ്വാസം മുട്ടിച്ചാകുന്ന രാക്ഷസനെ നോക്കി അവൾ ആർത്തുചിരിക്കാൻ തുടങ്ങി.

“എടീ ഹന്നാ എഴുന്നേൽക്ക്, ഇതെന്തൊരു ഉച്ചയുറക്കമാണ്. അതും എന്തോ പേക്കിനാവുകണ്ടു ഉച്ചത്തിൽ ചിരിച്ചുകൊണ്ട്.” ഹന്നയുടെ മുത്തശ്ശി അവളെ ഉരുട്ടിയുണർത്തി.

കണ്ണുംതുടച്ച് ഹന്ന കട്ടിലിൽനിന്നും എഴുന്നേറ്റിരുന്നു. അപ്പോഴാണ് താൻ ഇതുവരെയും ലൂസിഫറിനെ കൊന്നതും പാട്രീഷ്യയെ മോചിപ്പിച്ചതുമൊക്കെ സ്വപ്നമായിരുന്നെന്നവൾക്ക് മനസ്സിലായത്.

അവൾ കണ്ണുതുറന്നപ്പോൾ മുത്തശ്ശി തുടർന്നു:

“മോളേ, ഹന്നാ ഒന്നു പുറത്തുവന്നു നോക്കിയേ, നിന്നെക്കാണാൻ ആരാണ് വന്നിരിക്കുന്നത്. നീ ഒരിക്കലും വിശ്വസിക്കാത്ത ഒരാൾ.”

മുത്തശ്ശി പറഞ്ഞതുകേട്ട് ജിജ്ഞാസയോടെ ഹന്ന മുറിയിൽനിന്നും പുറത്തേക്കോടി. അവിടെ മുഖംനിറയെ ചിരിയുമായി നില്ക്കുന്ന പാട്രീഷ്യയെ കണ്ട് ഹന്ന സ്തബ്ധയായി. ഉടനെ തന്റെ സഖിയെ തിരിച്ചുകിട്ടിയ സന്തോഷത്തിൽ അവളെ ആലിംഗനംചെയ്ത് ആഹ്ലാദിച്ചു.

“എടീ പാട്രീഷ്യാ, നീ ഇതുവരെ എവിടെയായിരുന്നു?” തന്റെ സന്തോഷം മറച്ചുവെക്കാനാവാതെ ഹന്ന കിതച്ചുകൊണ്ടു ചോദിച്ചു.

"അതൊക്കെ പിന്നെപ്പറയാം. നീയത്ര സന്തോഷിക്കുകയൊന്നും വേണ്ട. എനിക്കു കരച്ചിലാണു വരുന്നത്." പാട്രീഷ്യ വാടിയ മുഖത്തോടെ പറഞ്ഞു.

"എന്തുണ്ടായെടീ, വേഗം പറ." ഹന്ന തിടുക്കത്തോടെ ചോദിച്ചു.

അതിനു മറുപടി പറഞ്ഞത് ഹന്നയുടെ അമ്മൂമ്മ തന്നെയായിരുന്നു.

"അവളെന്തു പറയാൻ! നിങ്ങൾക്കു കഥ പറഞ്ഞുതന്നുകൊണ്ടിരുന്ന ലൂസിഫർ അപ്പൂപ്പൻ കുറച്ചുമുമ്പേ മരിച്ചുപോയി."

"എങ്ങനെ?" ഹന്ന ആകാംക്ഷയോടെ ചോദിച്ചു.

ഒരു പക്ഷിയെ പൊരിക്കാനായി അടുക്കളയിൽ കയറിയതായിരുന്നുവത്രെ. പെട്ടെന്ന് ബോധംനശിച്ച് അടുപ്പിൽ തലയടിച്ചുവീണു എന്നാണറിഞ്ഞത്." മുത്തശ്ശി ഹന്നയെ നോക്കി കണ്ണിറുക്കി പറഞ്ഞു.

"എങ്കിൽ വേഗം വാടീ, ലൂസിഫറപ്പൂപ്പന്റെ മുറ്റത്ത് പയറും പഴവും കാത്തിരിക്കുന്ന കുഞ്ഞിക്കുരുവികളെ കാണാൻ." അതുംപറഞ്ഞ് ഹന്ന പാട്രീഷ്യയുടെ കൈപിടിച്ചുവലിച്ച് ഒരൊറ്റയോട്ടം. അന്നേരം ആ പറവകളുടെ കഴുത്തിലെ വളയങ്ങൾ ഭേദിച്ചെറിഞ്ഞ് തങ്ങളുടെ സുഹൃത്തുക്കളെ മോചിപ്പിക്കണമെന്ന വിചാരം മാത്രമായിരുന്നു ഹന്നയുടെ മനസ്സിൽ.

പേൻരാജാവ്

പണ്ടൊക്കെ രാജ്ഞിമാരുടെ തലയിൽ നിറയെ പേനായിരുന്നുപോൽ. അതിനു കാരണമുണ്ട്. അവർ ഉപയോഗിക്കുന്ന വിലകൂടിയ സുഗന്ധതൈലങ്ങളും കാച്ചിക്കുറുക്കിയ എണ്ണകളും മൃദുവായ താളിയുമൊക്കെ പേനുകൾക്ക് അതീവ ഹൃദ്യമായിരുന്നു. അതിനാൽ പാവപ്പെട്ടവരുടെയും ഇടത്തരക്കാരുടെയും തലയിൽ നിന്നൊക്കെ അവസരം കിട്ടുമ്പോൾ പേനുകൾ റാണിമാരുടെയും രാജകുമാരിമാരുടെയും തലയിലേക്ക് ചേക്കേറി.

അങ്ങനെയിരിക്കെ ഒരു മഹാറാണിയുടെ തലമുടി മുഴുവൻ പേനുകൾകൊണ്ട് നിറഞ്ഞു. ഒരുദിവസം രാത്രി കിടന്നുറങ്ങുമ്പോൾ അസഹ്യമായ പേൻ കടിയേറ്റ് അവർ ഉണരുകയും ശക്തിയായി തലചൊറിയാൻ തുടങ്ങുകയും ചെയ്തു. ആ ആക്രമണത്തിൽനിന്നും രക്ഷപ്പെടാനായി അതിലൊരു പേൻ രാജ്ഞിയുടെ തലവിട്ട് അടുത്ത് കിടന്നിരുന്ന രാജാവിന്റെ തലയിലേക്ക് കയറി.

അതൊന്നും അറിയാതിരുന്ന രാജാവ് അടുത്ത ദിവസം തന്റെ പതിവു ദിനചര്യകളൊക്കെ തീർത്ത് രാജസദസ്സിലേക്ക് പോകാനൊരുങ്ങി. അതിനായി രാജവസ്ത്രം ധരിച്ച് ശിരസ്സിൽ

കിരീടവുംവെച്ച് ഇറങ്ങിപ്പുറപ്പെട്ടു. രാജശിരസ്സിലിരിക്കുന്ന കിരീടം തലയിലിരിക്കുന്ന പേനിന് പുതിയൊരു അനുഭവമായിരുന്നു. അവൻ കിരീടം മുഴുവൻ നടന്നുനോക്കി. അതിന്റെ മുൻഭാഗത്ത് ചെറിയൊരു സുഷിരമുണ്ട്. അതിനു പിന്നിലായി കിരീടത്തിനകത്തിരുന്നാൽ രാജാവിന്റെ മുന്നിൽ നടക്കുന്നതൊക്കെ തനിക്കു വ്യക്തമായി കാണാമെന്നവനു മനസ്സിലായി. പിന്നീടവിടെയായി അവന്റെ സ്ഥിരവാസം.

രാജസദസ്സുതന്നെ അവനു പുതിയൊരനുഭവമായിരുന്നു. എത്രയോ പേർ താണുവണങ്ങുന്നു, ദയ യാചിക്കുന്നു, ക്ഷമാപണം നടത്തുന്നു, സഹായമഭ്യർത്ഥിക്കുന്നു. അപ്പോഴാണ് പേൻ ഒരുകാര്യം ശ്രദ്ധിച്ചത്. അവർ താണുവണങ്ങുന്നതിനൊന്നും രാജാവിന്റെ പ്രതിവന്ദനമില്ല. അതിനർത്ഥം അവർ കൈകൂപ്പുന്നത് രാജാവിന്റെ സമക്ഷത്തിലല്ല, പകരം തന്റെ മുന്നിലാണ്. അതോടെ പേനിന്റെ ആത്മാഭിമാനം അനവധി തവണ വർദ്ധിച്ചു.

രാജസദസ്സിൽ മാത്രമല്ല, മന്ത്രിമാരും മറ്റുയർന്ന ഉദ്യോഗസ്ഥന്മാരുമായുള്ള സുപ്രധാന ചർച്ചകളിലും രഹസ്യയോഗങ്ങളിലും പേനിന്റെ സാന്നിദ്ധ്യമുണ്ടാവും. രാജ്യകാര്യങ്ങളെക്കുറിച്ചൊക്കെ അതോടെ പേനിന് നല്ല നിശ്ചയമായി. പലപ്പോഴും സുപ്രധാന കാര്യങ്ങളിൽ തന്റെ അഭിപ്രായം പറഞ്ഞതുമാണ്. പക്ഷേ, അതാരും കേട്ടില്ലെന്നു മാത്രം.

കാലക്രമേണ കിരീടത്തിനകത്തിരിക്കുന്ന പേനിന് രാജാവിന്റെ ചിന്തയെത്തന്നെ നിയന്ത്രിക്കാനുള്ള കഴിവ് പ്രാപ്തമായി. അതോടെ താൻ ആഗ്രഹിക്കുന്നതു പ്രകാരമായി രാജാവ് പറയുന്നതും പ്രവർത്തിക്കുന്നതും. പേനിന്റെ പല വീക്ഷണങ്ങളും ഒട്ടും യാഥാർത്ഥ്യബോധത്തോടെയായിരുന്നില്ല എന്നു പറയേണ്ടതില്ലല്ലോ. അതുകൊണ്ടുതന്നെ ആ തിരുമണ്ടൻ തീരുമാനങ്ങൾ മിക്കപ്പോഴും വലിയ പ്രശ്നങ്ങൾ സൃഷ്ടിച്ചു. പലപ്പോഴും പുച്ഛവും പരിഹാസവും. രാജ്യസമാചാരം പോകട്ടെ, കൊട്ടാരവാർത്തകൾ വരെ അറിയാതെ കിരീടത്തിനകത്തിരിക്കുന്ന പേൻ രാജാക്കന്മാരായിരുന്നല്ലോ എന്നും പ്രജകളുടെ ദുരിതത്തിനു കാരണക്കാർ.

കാര്യങ്ങൾ വിശദമായി വിശകലനം ചെയ്യാൻ തന്നെ മന്ത്രി തീരുമാനിച്ചു. രാജാവിനെ ആരോ മുകളിൽനിന്നും നിയന്ത്രിക്കുന്നുണ്ട്. അത് ദൈവമോ പിശാചോ ആകാം. അദ്ദേഹം മാന്ത്രികരെ വരുത്തി പ്രശ്നം വെപ്പിച്ചുനോക്കി. രാജാവിനെ നിയന്ത്രിക്കുന്നത് ദൈവവും പിശാചുമല്ല, മറിച്ച് ഒരു പേനാണ്. അവൻ ഇരിക്കുന്നത് രാജാവിന് മുകളിൽ തന്നെയാണ്. പക്ഷേ, എവിടെയാണെന്ന് കൃത്യമായി കണ്ടുപിടിക്കാൻ കഴിയുന്നില്ല, അവർ കൈമലർത്തി.

അതുകണ്ടുപിടിക്കാൻ മഹാമന്ത്രിക്കു തിടുക്കമായി. പേനാണെങ്കിൽ അതു റാണിയുടെ തലയിലാകാനേ തരമുള്ളൂ. അന്നു രാത്രി രാജാവും റാണിയും ഉറങ്ങിക്കിടക്കുമ്പോൾ ഒരു തോഴിയെ വിട്ട് മന്ത്രി അവരുടെ മുടി പരിശോധിപ്പിച്ചു. ശരിയാണ്, മുടിക്കകത്തു നിറയെ പേനാണ്. പേനുകളെ റാണിയുടെ തലയിൽനിന്നും തുരത്താനുള്ള ഒരുപായം ആലോചിച്ചു മന്ത്രി കുറേസമയം ചെലവഴിച്ചു. അതിനായി ഫലപ്രദമായൊരു മരുന്നു കിട്ടിയപ്പോൾ ഒരു ദിവസം തോഴിയെ ഉറങ്ങിക്കിടക്കുന്ന റാണിയുടെ അടുത്തേക്കയച്ചു.

പക്ഷേ, അതിനകംതന്നെ നടക്കുന്നതൊക്കെ നമ്മുടെ പേൻ മണത്തറിഞ്ഞിരുന്നു. അതിനാൽ അവൻ മറ്റു പേനുകളെ മുഴുവൻ തന്റെ കിരീടത്തിനകത്തേക്കു മാറ്റിയിരുന്നു. അതുകൊണ്ട് മരുന്നുമായെത്തിയ പരിചാരികയ്ക്ക് നിരാശയായി മടങ്ങേണ്ടിവന്നു. അപകടം തരണം ചെയ്തപ്പോൾ പേനുകൾ തിരിച്ചെത്തുകയും ചെയ്തു.

ഇതെന്തു മറിമായം എന്നറിയാതെ മഹാമന്ത്രി തളർന്നു. പേനുകൾ കൂടുവിട്ടു കൂടു മാറാതിരിക്കണമെങ്കിൽ റാണിയുടെ തലതന്നെ മുണ്ഡനം ചെയ്യണം, അവിടെ ഒരൊറ്റ മുടിയും അവശേഷിക്കാതിരിക്കുമ്പോൾ അവയെ കണ്ടുപിടിച്ചു കൊല്ലാം. അല്ലെങ്കിൽ അവ പട്ടിണികിടന്നു ചത്തുകൊള്ളും.

അതും നിനച്ച് ഒരു രാത്രി നല്ല മൂർച്ചയുള്ള ഒരു കത്തിയുമായി മന്ത്രിതന്നെ രാജകീയ കിടപ്പറയിൽ പ്രവേശിച്ചു. എന്നിട്ട് നീട്ടിപ്പിടിച്ച കത്തിയുമായി രാജ്ഞിയുടെ തലയ്ക്കടുത്തെത്തി.

ഇതെല്ലാം അറിഞ്ഞുകൊണ്ടിരുന്ന പേൻ ഒരൊറ്റ കടിക്ക് അടുത്തുറങ്ങിക്കിടന്ന രാജാവിനെ ഉണർത്തി. അദ്ദേഹം ഞെട്ടിത്തിരിഞ്ഞു നോക്കുമ്പോൾ അതാ നീട്ടിപ്പിടിച്ച കത്തിയുമായി റാണിയുടെ തലയ്ക്കരികിൽ മഹാമന്ത്രിയിരിക്കുന്നു.

പിന്നെ ചോദ്യങ്ങളും ഉത്തരങ്ങളും മറ്റുമുണ്ടായില്ല. അടുത്ത ദിവസംതന്നെ രാജ്യദ്രോഹത്തിനു മഹാമന്ത്രിയെ തൂക്കിക്കൊന്നു.

അന്നുമുതൽ ഇന്നുവരെയും പേനുകൾ റാണിമാരുടെ തലമുടിയിൽ സ്വസ്ഥമായി വിഹരിക്കുന്നു. ഇടയ്ക്കിടെ ഒരു പേൻ രാജാവിന്റെ കിരീടത്തിൽക്കയറി അദ്ദേഹത്തിന്റെ ചിന്തയെ നിയന്ത്രിച്ച് രാജ്യം ഭരിക്കുകയും ചെയ്യുന്നു.

സാത്താന്റെ സന്തതി

നൂറ്റാണ്ടുകൾക്കു മുമ്പ് സ്കാന്റിനേവിയ ഭരിച്ചുകൊണ്ടിരുന്നത് റിച്ചാർഡ് എന്ന രാജാവായിരുന്നു. സ്നേഹമയിയും പ്രജാവത്സലനുമായിരുന്ന അദ്ദേഹത്തിന്റെ ഭരണത്തിൽ അത്യന്തം സന്തുഷ്ടരായിരുന്നു ജനങ്ങൾ.

എങ്കിലും കാലം കഴിയുന്തോറും രാജാവ് കൂടുതൽ കൂടുതൽ ശോകാകുലനായിക്കൊണ്ടിരുന്നു. ഇനിയും ഒരു കിരീടാവകാശി പിറക്കാത്തതു തന്നെയായിരുന്നു അതിനു കാരണം. കൊട്ടാരത്തിൽ ഇനിയും ഒരു കുഞ്ഞിക്കാൽ കാണാനാകാത്തതിനാൽ പ്രജകളും ഒന്നടങ്കം അസ്വസ്ഥരായിരുന്നു.

അവസാനം പ്രതീക്ഷയെല്ലാം അസ്തമിച്ചു, എന്നു കരുതിയിരിക്കുന്ന സമയം കൊട്ടാരത്തിൽ ഒരപരിചിതൻ വന്നെത്തി. സ്വയം ഒരു ജ്യോതിഷി എന്നു പരിചയപ്പെടുത്തിയ അയാൾ പറഞ്ഞു:

"ജാതകവശാൽ തിരുമനസ്സിന് ഒരു ഉണ്ണിപിറക്കാനുള്ള യോഗം കാണുന്നില്ല. അതിനാൽ ഇനിയും ഒരു കുഞ്ഞിനെ ദത്തെടുത്ത് രാജ്യം രക്ഷിക്കുകയേ നിവൃത്തിയുള്ളൂ."

"അതിനു നാം ശ്രമിക്കായ്കയല്ല. രാജകുമാരൻ എന്ന സ്ഥാനത്തേക്കുപോലും തങ്ങളുടെ കുഞ്ഞുങ്ങളെ വിട്ടുതരാൻ ആരും തയ്യാറല്ല. പുത്രവാത്സല്യം അത്ര ശക്തമാണല്ലോ

മനുഷ്യരിൽ." അതുംപറഞ്ഞ് റിച്ചാർഡ് രാജാവ് പൊട്ടിക്കരഞ്ഞു.

ആ നിസ്സഹായാവസ്ഥ കണ്ടുനില്ക്കാൻ കാറൽ എന്ന ആ ജോത്സ്യനും കഴിഞ്ഞില്ല.

"അക്കാര്യം പറയാനാണ് അടിയൻ വന്നത്. ദൂരെ നോർവെ രാജ്യത്തിലെ ഒരു ഉൾനാടൻ ഗ്രാമത്തിൽ മദ്ധ്യവയസ്കരായ ദമ്പതിമാരുണ്ട്. അവർക്കും അനേകവർഷത്തെ നേർച്ചകൾക്കു ശേഷം ഇപ്പോഴാണ് സന്താനലബ്ധിയുണ്ടായത്." കാറൽ വിവരിച്ചു.

"പക്ഷേ, അതുകൊണ്ടെന്തുകാര്യം? വൈകിവന്ന കുഞ്ഞാണെങ്കിൽ അവർ അതിനെ ഒട്ടും വിട്ടുകൊടുക്കാതിരിക്കാനല്ലേ ശ്രമിക്കുക?" രാജാവ് ചോദിച്ചു.

"പക്ഷേ, ഒരു കാര്യമുണ്ട്. അവർക്കു ജനിച്ചിരിക്കുന്നത് ഇരട്ടകളാണ്. വെറും പാവങ്ങളാകയാൽ സന്താനലബ്ധി അവർക്കു വലിയ പ്രാരബ്ധമായിരിക്കുകയാണ്. അതിനാൽ ഇരട്ടകളിൽ ഒരു കുഞ്ഞിനെ അവർ ഉപേക്ഷിക്കാനാഗ്രഹിക്കുന്നു." ജോത്സ്യൻ വെളിപ്പെടുത്തി.

"ഇരട്ടകൾക്കാണോ ആ പാവം സ്ത്രീ ജന്മം നല്കിയിരിക്കുന്നത്. എങ്കിൽത്തന്നെയും രണ്ട് കുട്ടികളും അവരുടേതല്ലേ? പിന്നെന്തിന് ഒന്നിനെ ഉപേക്ഷിക്കണം?"

"അങ്ങനെയല്ല. കർഷക സ്ത്രീ ജന്മം നല്കിയിരിക്കുന്ന കുഞ്ഞുങ്ങളിൽ ഒന്ന് അവരുടേതല്ല. മഹാറാണിയും തിരുമേനിയും നടത്തിയ പ്രാർത്ഥനകളുടെയും നേർച്ചകളുടെയും ഫലമായി കൊട്ടാരത്തിൽ ജനിക്കേണ്ട ഒരു രാജകുമാരനാണ് അതിലൊന്ന്. മാലാഖയ്ക്കു പറ്റിയ ഒരു പിഴവുമൂലമാണ് രാജകുമാരൻ കൃഷീവലനായി പിറന്നത്."

അതുകേട്ട റിച്ചാർഡ് രാജാവിന് ഒരുനിമിഷം ശബ്ദിക്കാൻ പോലും കഴിഞ്ഞില്ല. ആ നിശ്ശബ്ദത കണ്ട് കാറൽ തുടർന്നു:

"ഇക്കാര്യം ആ ദമ്പതികൾക്കും അറിയാം. അതിനാൽ കുമാരനെ വിട്ടുനല്കാൻ അവർ തയ്യാറായിരിക്കുകയാണ്. അവിടുത്തേക്ക് സ്വീകാര്യമെങ്കിൽ."

“എങ്കിൽ കുമാരനെ നാംതന്നെ പോയി കൂട്ടിക്കൊണ്ടുവരുന്നുണ്ട്.” റിച്ചാർഡ് അറിയിച്ചു.

“പക്ഷേ, അവിടെയാണ് പ്രശ്നം.” കാറൽ തുടർന്നു.

“ഇരട്ടക്കുട്ടികൾ രണ്ടും ഒരുപോലെയിരിക്കുന്നു. ഒരു മുടിനാരിഴയ്ക്കു പോലും വ്യത്യാസമില്ലാതെ. അപ്പോൾ കുമാരനെ എങ്ങനെ തിരിച്ചറിയും?” കാറൽ ചോദിച്ചു.

അതുകേട്ട റിച്ചാർഡ് ചിന്താമഗ്നനായി. അവസാനം ഇങ്ങനെ പിറുപിറുത്തു.

‘‘രണ്ടുപേരിൽ ഒരുത്തനെ നമുക്ക് കൊണ്ടുവരാം. പിന്നീടൊക്കെ ദൈവകല്പനപോലെ വരും.”

“അങ്ങനെ ദൈവകല്പനയാണെങ്കിൽ പ്രശ്നമില്ലായിരുന്നു. പകരം രണ്ടിൽ ഒരാൾ സാത്താന്റെ പ്രതിനിധിയാണ്. സ്നേഹവും സന്തോഷവും വാഴുന്ന ഈ രാജ്യത്തെ നശിപ്പിക്കാനായി ജന്മമെടുത്തവൻ. അവൻ ഈ നാടു മുടിക്കാൻ ശ്രമിക്കുമെന്നാണ് പ്രശ്നത്തിൽ തെളിയുന്നത്.”

ആ പ്രസ്താവനയ്ക്ക് റിച്ചാർഡിന് ഉത്തരമില്ലായിരുന്നു. അവസാനം പണ്ഡിതന്മാരോടും ദിവ്യാത്മാക്കളോടും കൂടിയാലോചിച്ചതിന് ശേഷം റിച്ചാർഡ് രാജാവ് ഒരുത്തരവിറക്കി.

“നോർവെ രാജ്യത്ത് ദരിദ്ര കർഷകനു ജനിച്ച ഇരട്ടക്കുട്ടികൾ രണ്ടുപേരും പ്രായപൂർത്തിയാകുന്നതുവരെ കൊട്ടാരത്തിൽ വസിക്കും. അക്കാലമത്രയും അവരുടെ പെരുമാറ്റവും പ്രത്യേകതയും മനസ്സിലാക്കി ആരാണ് കുമാരൻ എന്നു പണ്ഡിതർ കണ്ടുപിടിക്കും. അതോടെ മറ്റെയാൾ നോർവെയിലേക്ക് തിരിച്ചുപോകും.”

ആ തീരുമാനം എല്ലാവർക്കും സ്വീകാര്യമായിരുന്നു എന്നു പറയേണ്ടതില്ലല്ലോ.

അങ്ങനെ ഇരട്ടകളായ ഹാവെൽ, കായെൻ എന്നീ കുഞ്ഞുങ്ങളെ റിച്ചാർഡ് രാജാവിന്റെ കൊട്ടാരത്തിലേക്ക് കൊണ്ടുവന്നു. അവയിൽ കായെനു പല മാന്ത്രികശക്തികളും വശമുണ്ടായിരുന്ന വിവരമൊന്നും ആർക്കും അറിയാമായിരുന്നില്ല.

കൊട്ടാരത്തിൽ എല്ലാവരുടെയും ലാളനയേറ്റാണ് കുഞ്ഞുങ്ങൾ വളർന്നത്. ഹാവെലിനും കായെനും ഇടയിൽ ഒരുതരം വിവേചനവും രാജാവും റാണിയും കാണിച്ചിരുന്നുമില്ല. മാത്രവുമല്ല അവർക്ക് അഞ്ചുവയസ്സു പൂർത്തിയായിട്ടും ആരാണ് യഥാർത്ഥ രാജകുമാരൻ എന്നു കണ്ടുപിടിക്കാനുള്ള ഒരു സൂചനയും പണ്ഡിതന്മാർക്ക് ലഭിച്ചിരുന്നതുമില്ല.

അങ്ങനെയിരിക്കെ ഒരുദിവസം വനത്തിൽ നായാട്ടിനു പോകാൻ റിച്ചാർഡ് രാജാവ് തീരുമാനിച്ചു. അതറിഞ്ഞ് തങ്ങളേയും കൂടെക്കൂട്ടണമെന്നു രണ്ടു കുട്ടികളും വാശിപിടിച്ചു. ഇതുവരെയും കൊട്ടാരത്തിനു പുറത്തുപോവാത്തവരാണവർ. അതുകൊണ്ടുതന്നെ വളരെ വിഷമത്തോടെയാണ് ദുർഘടം പിടിച്ച ആ ദൗത്യത്തിൽ അവരെ കൂടെക്കൂട്ടാൻ അദ്ദേഹം സമ്മതിച്ചത്.

വനത്തിലെത്തിയ കുഞ്ഞുങ്ങൾ വേറിട്ട കാഴ്ചകൾ കണ്ടു നടന്നു. ഇരമ്പിയൊഴുകുന്ന കാട്ടാറുകളും വർണ്ണം വിതറിയാടുന്ന പൂക്കളുമൊക്കെയായിരുന്നു അവർ ശ്രദ്ധിച്ചിരുന്നത്. അപ്പോഴതാ അല്പം ദൂരെ ഒരു മുൾച്ചെടിക്കാട്ടിൽ ഒരു പഞ്ചവർണ്ണക്കിളി പാട്ടുപാടി നൃത്തം ചെയ്യുന്നു.

അതുകണ്ടതും ഒറ്റ കുതിപ്പിന് കുട്ടികൾ രണ്ടുപേരും അങ്ങോട്ടോടി. അവരെ തടയാൻ പരിചാരകന്മാർ തുനിയുന്നതിന് മുമ്പുതന്നെ അവർ മുൾക്കാട്ടിൽ മറഞ്ഞിരുന്നു. അതുകണ്ടു പരിഭ്രാന്തരായ പടയാളികൾ ആ പ്രദേശം മുഴുവൻ അരിച്ചുപെറുക്കി. അവസാനം കായെനെ അവശനായ നിലയിൽ കണ്ടെത്തി. അന്നേരം വള്ളികളാൽ ബന്ധിച്ചിരുന്ന പഞ്ചവർണ്ണക്കിളിയും അവന്റെ കൈയിലുണ്ടായിരുന്നു.

കായെനു പ്രഥമശുശ്രൂഷ നല്കി കൊട്ടാരത്തിലേക്കു കൊണ്ടുവന്നു. അവനുപറ്റിയ മുറിവുകളൊന്നും സാരമുള്ളതായിരുന്നില്ല.

എങ്കിലും ഹാവെലിനു വേണ്ടിയുള്ള തെരച്ചിൽ എങ്ങുമെത്തിയില്ല. ദിവസങ്ങളോളം കാടുമുഴുവൻ നൂറു കണക്കിനു പടയാളികൾ അന്വേഷിച്ചിട്ടും അവന്റെ പൊടിപോലും കണ്ടെത്താനായില്ല.

അതോടെ റിച്ചാർഡ് രാജാവ് വിശപ്പും ദാഹവും മറന്ന് ശയ്യാവലംബിയായി. രണ്ടുകുട്ടികളെയും സ്വന്തം കൺമണികളെപ്പോലെ സ്നേഹിച്ചുതുടങ്ങിയ അവസരത്തിലാണ് ഈ ദുരന്തമുണ്ടായിരിക്കുന്നത്.

അതെന്തായാലും ഹാവെലിന്റെ നഷ്ടം കായെൻ പൊടുന്നനെ മറന്നതായി തോന്നി. പ്രായവും അതല്ലേ. പുറമെ ഇപ്പോൾ അവന് മുഴുവൻസമയവും കളിക്കാനായി ഒരു പഞ്ചവർണ്ണക്കിളിയേയും കിട്ടിയിട്ടുണ്ട്.

ആ കിളിക്ക് അവൻ തോർ എന്നു പേരിട്ടു. എന്നിട്ട് അതിന്റെ തൂവലുകളെല്ലാം വെട്ടിക്കളഞ്ഞു. അതിമനോഹരമായിരുന്ന കിളി അതോടെ വിരൂപിയായി മാറി. കാരണം ചോദിച്ചപ്പോൾ തോർ പറന്ന് രക്ഷപ്പെടാതിരിക്കാനാണ് അങ്ങനെ ചെയ്തതെന്ന് വിശദീകരിച്ചു. തോറിനെ ഒരു കൂടുണ്ടാക്കി അതിലിടുകയും ചെയ്തു.

അതോടെ പഞ്ചവർണ്ണക്കിളിയുമായി സഹവസിക്കുന്നതിലൊന്നും കായെനു താല്പര്യമില്ലാതായി. പകരം മറ്റു പല ദുശ്ശാഠ്യങ്ങളും അവനിൽ വളർന്നു. ഏക ബാലൻ എന്ന നിലയ്ക്ക് അവയൊക്കെയും പൂർത്തീകരിച്ച് കൊടുക്കാൻ രാജാവും കൊട്ടാരവാസികളും സദാ ഔത്സുകരുമായിരുന്നു.

അതിനിടയിൽ തോറിന്റെ പഞ്ജരം കിടപ്പിലായ റിച്ചാർഡിന്റെ അറയിലേക്ക് മാറ്റിയിരുന്നു. ഇടയ്ക്കിടയ്ക്ക് തൂവലുകൾ വെട്ടി നശിപ്പിക്കപ്പെട്ടും കൂട്ടിൽ ബന്ധനത്തിലായും കഴിയുന്ന ആ പക്ഷി പാടുകയോ നൃത്തം ചെയ്യുകയോ ചെയ്തില്ല. പകരം അതെപ്പോഴും റിച്ചാർഡ് രാജാവിനെത്തന്നെ നോക്കിയിരിക്കും. അദ്ദേഹവും തഥൈവ. അതുകണ്ടാൽ തോന്നും തുല്യ ദുഃഖിതരായ രണ്ടു മിത്രങ്ങൾ അന്യോന്യം നോക്കിയിരുന്നു നിശ്ശബ്ദരായി കണ്ണീർ പൊഴിക്കുകയാണോ എന്ന്.

അങ്ങനെ വർഷങ്ങൾ കടന്നുപൊയ്ക്കൊണ്ടിരുന്നു. ഇടയ്ക്കിടയ്ക്ക് തോറിനെ കൂട്ടിൽനിന്നുമെടുത്ത് രാജാവ് മടിയിലിരുത്തി താലോലിക്കും. അങ്ങനെയിരിക്കെ ഒരുദിവസം അദ്ദേഹം പക്ഷിയുടെ ശരീരത്തിലൂടെ വിരലുകളോടിക്കു

മ്പോൾ അതാ അതിന്റെ വലതു കാലിന്മേൽ എന്തോ തടയുന്നു. പരിശോധിച്ചപ്പോൾ അതൊരു ഇരുമ്പുവളയമാണെന്ന് മനസ്സിലായി. അതു തുടയിലെ മാംസത്തിൽ ആഴ്ന്നു മുറുകിയിട്ടുണ്ട്. അവിടം ഒരു വലിയ വ്രണമായി രൂപം പ്രാപിച്ചിരിക്കുന്നു.

അതുകണ്ട് ഞെട്ടിയ റിച്ചാർഡ് വിവരം കായെനെയും അറിയിച്ചു. എന്നിട്ട് അടുത്ത ദിവസംതന്നെ ഒരു തട്ടാനെ വിളിപ്പിച്ച് ആ വളയം മുറിച്ചുമാറ്റാൻ ഏർപ്പാടാക്കുകയും ചെയ്തു.

തട്ടാൻ എല്ലാം സജ്ജമാക്കിയപ്പോൾ തോറിനെ കൂടുതുറന്ന് അയാളുടെ മുന്നിൽ കൊണ്ടുവച്ചു. രാജാവടക്കം എല്ലാവരുംതന്നെ അവിടെ സന്നിഹിതരായിരുന്നു. എങ്കിലും കായെനെ മാത്രം അവിടെയെങ്ങും കണ്ടില്ല. അവൻ എന്തെങ്കിലും വികൃതിയും കാണിച്ച് കൊട്ടാരത്തിന്റെ മറ്റെവിടെയെങ്കിലും കാണും.

പെട്ടെന്നാണതു സംഭവിച്ചത്. തട്ടാന്റെ മുന്നിൽ സ്വതന്ത്രമായി നിന്നിരുന്ന തോറിന്റെയടുത്തേക്ക് ഭീമാകാരനായ ഒരു മാർജ്ജാരൻ ഓടിയടുത്തു. അതുകണ്ടതും തന്റെ സർവ്വശക്തിയും ഉപയോഗിച്ച് തോർ പറന്നും ഓടിയും എങ്ങോട്ടോ മറഞ്ഞു. കൂടെ പൂച്ചയും. ഒരു ഞൊടിയിടയിൽ എല്ലാം കഴിഞ്ഞതിനാൽ നടന്നതെന്താണെന്നുപോലും മനസ്സിലാക്കുവാൻ ദൃക്സാക്ഷികൾ സമയമെടുത്തു.

ഉടനെ കൊട്ടാരത്തിലും പുറത്തും പക്ഷിക്കും പൂച്ചയ്ക്കുമായി ഊർജ്ജിതമായ തെരച്ചിൽ നടന്നു. പക്ഷേ, അതുകൊണ്ടൊന്നും ഒരു പ്രയോജനവുമുണ്ടായില്ല. അന്നുവരെയും ആരും കണ്ടിട്ടില്ലാതിരുന്ന ആ കാട്ടുപൂച്ച തോറിനെ തിന്നു കാട്ടിലേക്കുതന്നെ തിരിച്ച് പോയിട്ടുണ്ടാവുമെന്ന നിഗമനത്തിൽ എല്ലാവരും അവസാനം എത്തിച്ചേർന്നു. ആ ബഹളമൊക്കെ കഴിഞ്ഞതിനുശേഷമാണ് ഒന്നുമറിയാതിരുന്ന കായെൻ അവിടെയെത്തിയത്.

തോറിന്റെ തിരോധാനം റിച്ചാർഡിനു വീണ്ടും വലിയൊരാഘാതമായി. കഴിഞ്ഞ കുറേ വർഷങ്ങളായി ആ പക്ഷിയു

മായി വലിയൊരു നിശ്ശബ്ദസൗഹൃദം അദ്ദേഹം സ്ഥാപിച്ചെടുത്തിരുന്നു.

അങ്ങനെയിരിക്കെ ഒരു ദിവസം നാടുചുറ്റി നടന്ന ജ്യോതിഷി കാറൽ കൊട്ടാരത്തിലെത്തി രാജാവിനെ മുഖം കാണിച്ചു. പൊട്ടിക്കരഞ്ഞുകൊണ്ട് അദ്ദേഹം നടന്നതെല്ലാം കാറലിനെ അറിയിച്ചു. എല്ലാം കേട്ടുകഴിഞ്ഞപ്പോൾ ജോത്സ്യൻ കവടി നിരത്തി പ്രശ്നം വെച്ചുനോക്കി. എന്നിട്ടു മനനം ചെയ്തു എല്ലാം മനസ്സിലാക്കി.

"മഹാരാജൻ, അങ്ങ് സമചിത്തതയോടെ എല്ലാം കേൾക്കുമെങ്കിൽ ഒരു വിവരം പറയാം. കഴിഞ്ഞ അഞ്ചുവർഷവും ഇവിടെ കൂട്ടിൽ കഴിഞ്ഞിരുന്ന തോർ എന്ന പക്ഷി ഹാവെൽ ആയിരുന്നു. അവനെ ആരോ മന്ത്രവിദ്യയാൽ രൂപാന്തരം നടത്തി നശിപ്പിക്കാൻ ശ്രമിച്ചതാണ്. അങ്ങ് അവന്റെ കൈയിലുണ്ടായിരുന്ന മാന്ത്രിക വളയം നീക്കിയിരുന്നെങ്കിൽ അവൻ വീണ്ടും മനുഷ്യരൂപത്തിൽ തിരിച്ചുവരുമായിരുന്നു." ജോത്സ്യൻ വെളിപ്പെടുത്തി.

"ആരാണ് അവനെ നശിപ്പിക്കാൻ ശ്രമിച്ച ദുഷ്ടശക്തി?" രാജാവ് ചോദിച്ചു.

"അതു പ്രശ്നത്തിൽ തെളിയുന്നില്ല. പുറമെ അതു ദുഷ്ടശക്തിയാണെന്നും പറയാൻ കഴിയില്ല. കാരണം ഹാവെൽ സാത്താന്റെ പ്രതിനിധിയാണെന്ന് വരുകിൽ അവനെ ഉന്മൂലനം ചെയ്യുന്നത് സദ്കർമ്മിതന്നെ ആയിരിക്കണം. അതെന്തായാലും ആ പരിശ്രമത്തിൽ അത് വിജയം കണ്ടു. അങ്ങനെയാണ് പൂച്ച പക്ഷിയെ നാമാവശേഷമാക്കിയത്." കാറൽ തുടർന്നു.

"അപ്പോൾ ഹാവെലാണോ കായെനാണോ നമ്മുടെ പുത്രനെന്ന് എങ്ങനെ തിരിച്ചറിയും?" റിച്ചാർഡ് വിഭ്രാന്തിയോടെ ചോദിച്ചു.

"അതു കണ്ടുപിടിക്കേണ്ടത് വിശുദ്ധരും പണ്ഡിതരുമാണ്. കായെന്റേത് സദ്ജന്മമാണെങ്കിൽ അവൻ ഹാവെലിനെ നിഗ്രഹിച്ച് ഭൂമിയിൽ സമാധാനവും സാഹോദര്യവും

സ്ഥാപിക്കുന്നതിൽ വ്യാപൃതനാവും. മറിച്ചാണെങ്കിൽ അവന്റെ വിനാശത്തിനായി ഹാവെൽ വീണ്ടും മറ്റൊരു രൂപത്തിൽ പ്രത്യക്ഷപ്പെടും. എല്ലാം കാത്തിരുന്നുകാണുക മാത്രമേ പോംവഴിയുള്ളൂ." അത്രയും പറഞ്ഞ് കാറൽ സ്ഥലംവിട്ടു.

അതുകഴിഞ്ഞൊരു ദിവസം റിച്ചാർഡ് രാജാവ് കൊട്ടാരം തോട്ടത്തിൽ പരിചാരകരുടെ അകമ്പടിയോടെ ഉലാത്തുകയായിരുന്നു. പെട്ടെന്നാണ് ആരുടെയൊ കണ്ണിൽ അതുപെട്ടത്. ഒരു ആപ്പിൾ മരക്കൊമ്പിൽ നീല നിറമുള്ള ഒരു പാമ്പ് ചുറ്റിപ്പിണഞ്ഞു കിടക്കുന്നു. ബഹളംകേട്ട് റിച്ചാർഡ് അങ്ങോട്ട് ചെന്നു. അപ്പോഴാണ് അദ്ദേഹം ഒരുകാര്യം ശ്രദ്ധിച്ചത്. സർപ്പശിരസ്സിലതാ ഒരു രത്നം. അതു സൂര്യപ്രകാശത്തിൽ തിളങ്ങുന്നുണ്ട്. സംശയമില്ല, പൂർവ്വികർ പറഞ്ഞുകേട്ടിട്ടുള്ള നാഗമാണിക്യം തന്നെ. അതു കൈയിലുള്ളവർ ശത്രുബാധയിൽനിന്നും സുരക്ഷിതരാണെന്നും അസുഖവും അത്യാപത്തും അവരെ തീണ്ടുകയില്ലെന്നുമാണ് വിശ്വാസം.

മാത്രവുമല്ല, ഏദൻതോട്ടത്തിലെ സാത്താനാണോ ഈ സർപ്പമെന്നും അദ്ദേഹത്തിന് തോന്നാതിരുന്നില്ല. അതുകൊണ്ടു തന്നെ ഈ സർപ്പത്തെ നിഗ്രഹിക്കേണ്ടത് ചെകുത്താനെ വകവരുത്താൻ മാത്രമല്ല. മാണിക്യം കൈവശപ്പെടുത്താനും ആവശ്യമാണ്.

ആ നിശ്ചയം രൂഢമായപ്പോഴാണ് റിച്ചാർഡിന്റെയരികിൽ കായെൻ എത്തിയത്. അന്നേരം അവന്റെ കൈയിൽ ഒരു വടിയുമുണ്ടായിരുന്നു.

"ഇതൊരു മാന്ത്രിക വടിയാണ് ഇതുകൊണ്ടുമാത്രമേ പാമ്പിനെ തല്ലിക്കൊല്ലാൻ കഴിയൂ." അവൻ എല്ലാം അറിഞ്ഞവനപ്പോലെ പറഞ്ഞു. എന്നിട്ട് വടിയുടെ മാസ്മര ശക്തിയും കാണിച്ചുകൊടുത്തു. ദണ്ഡ് കുറിയതായിരുന്നെങ്കിലും പാമ്പിന്റെ നേരെ പിടിച്ചാൽ നിമിഷനേരംകൊണ്ട് അത് ദൈർഘ്യം കൂടി പാമ്പിന്റെയടുത്തെത്തും. അതുകണ്ട് വിസ്മയഭരിതനായ രാജാവ് അതെങ്ങനെ കായെന് കിട്ടിയെന്ന് ആലോചിക്കാതെയുമിരുന്നില്ല.

അതെന്തായാലും അന്നുമുതൽ നാഗ നിഗ്രഹത്തിനായി ആ മാന്ത്രികദണ്ഡുമായിട്ടായി റിച്ചാർഡിന്റെ നടപ്പ്. പലപ്പോഴും അദ്ദേഹം സർപ്പത്തെ ഉദ്യാനത്തിൽ കണ്ടെത്തി. ഒന്നോ രണ്ടോ പ്രാവശ്യം അതിനു നല്ല പ്രഹരം കിട്ടിയെന്നും തോന്നി. എങ്കിലും അപ്പോഴൊക്കെ സർപ്പം സമർത്ഥമായി അപ്രത്യക്ഷമാവും.

അങ്ങനെ വർഷങ്ങൾ കടന്നുപോയി. അതിനകം കായെൻ കൗമാരപ്രായത്തിലെത്തിയിരുന്നു. ഇപ്പോൾ അവന് കൊട്ടാരത്തിന് പുറത്ത് വളരെയധികം സുഹൃത്തുക്കളുണ്ട്. അതിനാൽ മിക്കസമയവും അവരുമായി രാജ്യമെങ്ങും ചുറ്റിത്തിരിയുകയായിരിക്കും അവൻ. പലദിവസങ്ങളിലും കൊട്ടാരത്തിൽ ത്തന്നെ തിരിച്ചെത്തിയിരുന്നില്ല. അവൻ കൂട്ടുകാരുടെ കൂടെ കുടിച്ചു കൂത്താടി നടക്കുകയാണെന്നും നിരപരാധികളെ പീഡിപ്പിക്കുന്നെന്നും നാട്ടുകാരെ കൊള്ളയടിക്കുന്നെന്നുമുള്ള സന്ദേശങ്ങൾ രാജാവിനു കിട്ടിക്കൊണ്ടുമിരുന്നു. എങ്കിലും സർപ്പവധം കഴിഞ്ഞാൽ എല്ലാം സമംഗളമായി അവസാനിക്കുമെന്ന വിശ്വാസത്തിൽ കായെന്റെ അതിക്രമങ്ങൾ അദ്ദേഹം കണ്ടില്ലെന്നു നടിച്ചു.

അങ്ങനെയിരിക്കെ ഒരുദിവസം ഉദ്യാനത്തിലെ തേൻകനി വൃക്ഷത്തിനു താഴെ കാറ്റുകൊണ്ട് മയങ്ങിക്കിടക്കുകയായിരുന്ന റിച്ചാർഡ് എന്തോ ശബ്ദംകേട്ട് കണ്ണുതുറന്നു നോക്കി. അപ്പോഴതാ സർപ്പം തലകീഴായി തന്റെ നേരെ മുകളിൽത്തന്നെ തൂങ്ങിക്കിടക്കുന്നു. മുമ്പുകിട്ടിയ പ്രഹരങ്ങളുടെ പരിക്ക് അതിന്റെ ശരീരത്തിൽ കാണാനുണ്ട്. അതുകൊണ്ടായിരിക്കണം പാമ്പിന്റെ കണ്ണുകളിൽ ദയനീയ ഭാവം. പക്ഷേ, ആ ചിന്തക്കൊന്നും വഴങ്ങാതെ പാമ്പിനെ കൊല്ലാൻതന്നെ റിച്ചാർഡ് തുനിയുമ്പോഴാണ് ഒരുകാര്യം അദ്ദേഹം ഓർത്തത്. താൻ വടി കൊട്ടാരത്തിനകത്ത് മറന്നുവച്ചാണ് തോട്ടത്തിലെത്തിയിരിക്കുന്നത്. അതുകൊണ്ടായിരിക്കണം ഇത്ര അടുത്തുവരാൻ പാമ്പു ധൈര്യം കാണിച്ചതും. അതെന്തായാലും അദ്ദേഹം അങ്ങനെ നിർന്നിമേഷനായി നില്ക്കെ ഒരത്ഭുതം സംഭവിച്ചു. തൂങ്ങിക്കിടക്കുന്ന പാമ്പിന്റെ തലയിലെ മാണിക്യം

അദ്ദേഹത്തിന്റെ മടിയിൽ വീണു. അതെടുക്കാൻ അദ്ദേഹം കുനിഞ്ഞതും സർപ്പം അപ്രത്യക്ഷമാവുകയും ചെയ്തു.

പാമ്പു പോകുന്നെങ്കിൽ പോകട്ടെ, തല്ക്കാലം മാണിക്യം കിട്ടിയല്ലോ. എന്നാശ്വസിച്ച് റിച്ചാർഡ് കൊട്ടാരത്തിലേക്ക് മടങ്ങി. കായെൻ എത്തിയാൽ വിവരം അവനെ അറിയിക്കുകയും ചോദിച്ചാൽ രത്നം അവന് കൊടുക്കുകയുമാവാം എന്നു നിശ്ചയിച്ച് അദ്ദേഹം മറ്റു കാര്യങ്ങളിലേക്കു തിരിഞ്ഞു.

അടുത്ത ദിവസം അതിരാവിലെ തന്നെ അപ്രതീക്ഷിതമായി കാറൽ അവിടെയെത്തി. നടന്ന കാര്യങ്ങളൊക്കെ പറഞ്ഞുകേട്ടപ്പോൾ ജോത്സ്യൻ പ്രശ്നംവെച്ചു നടന്നതിന്റെ പൊരുൾ കണ്ടുപിടിച്ചു.

"സർപ്പരൂപത്തിൽ വന്നത് ഹാവെൽ ആയിരുന്നു. അവനെ ആ രൂപത്തിൽ അയച്ചത് ഏതോ അദൃശ്യശക്തിയാണ്. അതിന്റെ ഉദ്ദേശ്യവും വ്യക്തമല്ല. കഴിഞ്ഞ പ്രാവശ്യം പഞ്ചവർണ്ണക്കിളിയുടെ രൂപത്തിൽ എത്തിയ ഹാവെലിനെ അങ്ങ് സംരക്ഷിച്ചു. അങ്ങനെ വീണ്ടും സംഭവിക്കാതിരിക്കാനും രാജാവിനാൽ വധിക്കപ്പെടാനുമാണ് ഇപ്രാവശ്യം സർപ്പരൂപത്തിൽ അയച്ചത്. ഒരുപക്ഷേ, സർപ്പദംശനത്താൽ അങ്ങയെ പരലോകത്തേക്കയക്കുകയും ആ അദൃശ്യശക്തിയുടെ ലക്ഷ്യമായിരിക്കാം." കാറൽ പ്രസ്താവിച്ചു.

"അപ്പോൾ ഹാവെൽ സാത്താന്റെ പ്രതിനിധിയാണെന്നാണോ താങ്കൾ പറയുന്നത്?" റിച്ചാർഡ് ചോദിച്ചു.

"അതൊന്നും പറയാൻ കഴിയില്ല. ഒരുപക്ഷേ, അവൻ തന്നെയായിരിക്കാം അവിടുത്തെ മകൻ. അവനെ അങ്ങയെ കൊലപ്പെടുത്താൻ ഉപയോഗിക്കുകയോ അങ്ങയാൽ അവന്റെ മരണം ഉറപ്പാക്കുകയോ ആയിരിക്കാം ആ ശക്തിയുടെ ലക്ഷ്യം എന്നുംവരാം." ജ്യോതിഷി കൂട്ടിച്ചേർത്തു.

അതോടെ രാജാവിന്റെ ആശങ്കയും ആശയക്കുഴപ്പവും വർദ്ധിക്കുകയാണ് ചെയ്തതെന്ന് പറയേണ്ടതില്ലല്ലോ. മൗനിയായിരുന്ന അദ്ദേഹത്തോട് കാറൽ പറഞ്ഞു.

"എന്തായാലും കാത്തിരിക്കുക. അങ്ങയുടെ കൈയിൽ അകപ്പെട്ട മാണിക്യം സർപ്പത്തിന്റെ ജീവനാണ്. അതു

അവിടുന്നുതന്നെ സുരക്ഷിതമായി സൂക്ഷിക്കാനാണ് സർപ്പം ഏല്പിച്ചതെന്ന് തോന്നുന്നു. അതിനാൽ ആ വിവരം മറ്റാരും അറിയാൻപോലും ഇടവരരുത്.”

ഇതുംപറഞ്ഞ് കാറൽ തന്റെ ദേശാടനം തുടരാനായി കൊട്ടാരം വിട്ടിറങ്ങി. എന്തായാലും പിന്നീട് അവിടെയെങ്ങും ആരും പാമ്പിനെ കണ്ടില്ല.

അങ്ങനെ ദിവസങ്ങൾ നീങ്ങിക്കൊണ്ടിരുന്നു. സൂക്ഷിച്ചുവെച്ച മാണിക്യം അവിടെയുണ്ടോ എന്നുറപ്പിക്കാൻ എന്നും റിച്ചാർഡ് ശ്രദ്ധിക്കും. പക്ഷേ, ഒരുദിവസം പത്തായം തുറന്നു നോക്കുമ്പോൾ അതവിടെ കാണാനില്ല. ആ പത്തായപ്പുരയിലേക്ക് പ്രവേശനമുള്ളതും അതിന്റെ താക്കോൽ എവിടെയിരിക്കുന്നെന്നു അറിയാവുന്നതുമായ ഒരാൾ മാത്രമേ ഉള്ളൂ. അത് കായെനാണ്.

രാജാവ് ഉടനെ കായെനെ വിളിച്ചുവരുത്തി കാര്യമന്വേഷിച്ചു. നഷ്ടപ്പെട്ട രത്നത്തിന്റെ വിവരണം മുഴുവൻ കേട്ടുകഴിഞ്ഞപ്പോൾ അവൻ പറഞ്ഞു:

“ഞാൻ എന്റെ ഊരുചുറ്റിന്റെ ഭാഗമായി നോർവെയിൽ ഈയിടെ എത്തിയപ്പോൾ അത്തരമൊരു മാണിക്യം കണ്ടു. ഇടയദമ്പതികൾ കളിപ്പിക്കുന്ന ഒരു കുരങ്ങന്റെ കൈയിലായിരുന്നു അതുണ്ടായിരുന്നത്. ആ രത്നംകൊണ്ട് പലവിദ്യകളും കാണിച്ച് ആ വാനരൻ ജനങ്ങളെ ആകർഷിച്ചുകൊണ്ടിരുന്നു. അവർ നല്കുന്ന തുട്ടുകൾകൊണ്ടാണ് ആ നാടോടികൾ ജീവിക്കുന്നതെന്നും തോന്നി.”

“അവരെ ഇനിയും കണ്ടാൽ തിരിച്ചറിയുമോ?”

“തീർച്ചയായും, ഭർത്താവിന്റെ പേര് ഔസേഫ്, ഭാര്യ മറിയം. അവർ നോർവെയിൽനിന്നും ഫിൻലന്റിലേക്കു വന്നുകൊണ്ടിരിക്കുകയാണ്.” കായെൻ തുടർന്നു.

“എങ്കിൽ നമുക്കുടനെ പുറപ്പെടണം. നീ മാന്ത്രിക ദണ്ഡ് കൂടെ കരുതിക്കോ. ആ വാനരനെ വകവരുത്തി മാണിക്യം തിരിച്ചുപിടിക്കണം. ആ ദമ്പതികളെ തടവിലിടുകയും വേണം.” റിച്ചാർഡ് ആക്രോശിച്ചു.

അങ്ങനെ വലിയൊരു സൈന്യവും അതിലും വലിയൊരു ജനാവലിയുമായി റിച്ചാർഡും കായെനും പുറപ്പെട്ടു. അധികം വൈകാതെതന്നെ ചാരന്മാർ ഔസേഫിനെയും മറിയത്തെയും കണ്ടെത്തി.

റിച്ചാർഡും കായെനും എത്തിയപ്പോൾ തകർന്നടിഞ്ഞ ഒരു പള്ളിയുടെ വരാന്തയിൽ വിശ്രമിക്കുകയായിരുന്നു ദമ്പതികൾ. കൂടെ മാണിക്യം കൈയിൽ പിടിച്ച കുരങ്ങനും. പള്ളിക്കകത്ത് കുറേ മദ്യപാനികൾ ഇരുന്നു ചീട്ടുകളിക്കുന്നുണ്ട്.

കായെനെ കണ്ടതും കുരങ്ങൻ ഓടി പള്ളിയങ്കണത്തിലുള്ള ഒരു കുറ്റിക്കാട്ടിലൊളിച്ചു. ഉടനെ അവിടെയെത്തിയ കായെൻ ദണ്ഡു കുറ്റിക്കാടിനുനേരെ പിടിച്ചപ്പോൾ അതു കാടിനകത്തേക്കു നീണ്ടുനീണ്ടു പോയി. അതിന്റെ കുത്തേറ്റിട്ടായിരിക്കണം വലിയൊരു കരച്ചിലോടെ കുരങ്ങൻ പുറത്തുചാടി ഓടി പറമ്പിന്റെ ഒരു മൂലയിലുണ്ടായിരുന്ന വടവൃക്ഷത്തിൽ കയറി. പക്ഷേ, ആ വൻമരത്തിന്റെ ഔന്നത്യമൊന്നും മാന്ത്രികവടിക്കു പ്രശ്നമായിരുന്നില്ല. അതു നീണ്ടുനീണ്ടും വളഞ്ഞും തിരിഞ്ഞും അവിടെയും ചെന്നെത്തി. തനിക്കു അവിടെയും രക്ഷയില്ലെന്നുകണ്ടു കുരങ്ങൻ മരത്തിൽനിന്നും ചാടിയത് കുറച്ച് അപ്പുറത്തുള്ള ഒരു കിണറ്റിലേക്കായിരുന്നു. കിണറ്റിലേക്ക് ഞാന്നുകിടക്കുന്ന കയറിലൂടെ അവൻ അടിയിലെത്തി ഒളിക്കാൻ ഒരു ശ്രമം നടത്തി.

പക്ഷേ, അതും വിജയം കണ്ടില്ല. കിണറ്റിലെത്തിയ കുരങ്ങനെ വടി തോണ്ടിയെടുത്തു പുറത്തിട്ടു. എങ്കിലും അതുകൊണ്ട് ഒരു മാരക പ്രഹരം കിട്ടുന്നതിനുമുമ്പ് അവൻ പള്ളിക്കു മീതേക്കു ചാടി ഉയർന്നു നില്ക്കുന്ന കുരിശിന്മേൽ കയറിയിരിപ്പായി. അതുകണ്ടു കായെൻ ഒരുനിമിഷം പകച്ചു നിന്നു. എങ്കിലും ധൈര്യം വിടാതെ മാന്ത്രിക ദണ്ഡ് കുരിശിനുനേരെ നീട്ടിപ്പിടിച്ചു. പക്ഷേ, അതു നീണ്ടുയർന്ന് പോകുന്നതിന് പകരം നീളം കുറഞ്ഞുകുറഞ്ഞ് കായെന്റെ കൈയിൽ അപ്രത്യക്ഷമായി.

അതുകണ്ടു റിച്ചാർഡ് രാജാവും പരിവാരങ്ങളും ഞെട്ടിപ്പോയി. എങ്കിലും കുരങ്ങനെ വിടാൻ കായെൻ തയ്യാറില്ലാ

യിരുന്നു. ആ മാണിക്യം കൈവശപ്പെടുത്തിയിട്ടേ അടങ്ങൂ എന്നവനു വാശിയുള്ളപോലെ തോന്നി. അതിനു ജീവൻതന്നെ ബലികൊടുക്കേണ്ടി വന്നാലും.

സമയം കളയാതെ കായെൻ നാശോന്മുഖമായ പള്ളിയുടെ മുകളിൽ പിടിച്ചു കയറി. എന്നിട്ട് തലയെടുപ്പോടെ നില്ക്കുന്ന കുരിശിന്റെ നേരെ നടന്നടുത്തു. അതുകണ്ടു വാനരൻ തകർന്നു കൊണ്ടിരിക്കുന്ന പള്ളിയിൽ നിന്നും കുരിശ് പിഴുതെടുത്തു. എന്നിട്ട് ഒരു ഗദ എന്നതുപോലെ അതു കായെന്റെ നേരെ ചുഴറ്റി. ആ മാരകപ്രഹരത്തിന്റെ ആഘാതത്തിൽ കായെൻ അടിതെറ്റി താഴെ വീണു.

അവൻ വീണിടത്തേക്ക് ഓടിയെത്തിയവർ കണ്ടത് ഒരുപിടി ചാരം മാത്രമായിരുന്നു. ആ നിമിഷം തോളിൽ കുരിശുമേന്തി ഒരാൾ നശിച്ചുകൊണ്ടിരിക്കുന്ന പള്ളിയിൽനിന്നും പുറത്തേക്കിറങ്ങി വന്നു. അതു തങ്ങളുടെ വാനരനായിരിക്കുമെന്ന് പ്രതീക്ഷിച്ച് ഓടിയെത്തിയ ഔസേഫിനും മറിയത്തിനും തെറ്റി. അത് അന്നേ ദിവസം പതിനെട്ടു വയസ്സുതികഞ്ഞ ഹാവെൽ ആയിരുന്നു.

അതുകണ്ട് അവനെ കെട്ടിപ്പിടിച്ചു കരയാൻ തുടങ്ങി ആ ദമ്പതികൾ. റിച്ചാർഡ് രാജാവിന് തങ്ങളുടെ മക്കളെ വിട്ടുകൊടുത്തതിനു ശേഷമുണ്ടായ ദുരന്തങ്ങളൊക്കെ അന്നേരം മറിയ എണ്ണിയെണ്ണി പറഞ്ഞുകൊണ്ടിരുന്നു. ഒരുത്തൻ മരിച്ചു. ഒരുത്തന് പക്ഷിയായും പാമ്പായും കുരങ്ങായും പീഡന മേല്ക്കേണ്ടിവന്നു. ഇനിയും ഇവന് പീഡനാനുഭവം ഉണ്ടാവാൻ പാടില്ല.

മറിയത്തിന്റെ കരച്ചിലും പറച്ചിലും കേട്ട് ഔസേഫ് റിച്ചാർഡിനോടായി പറഞ്ഞു.

"എന്റെ ഒരു മകനെ നിങ്ങൾ കൊന്നു. മറ്റവനെ ഈ പരുവത്തിലാക്കി. അതിനാൽ എന്റെ മകനെ ഞാൻ കൊണ്ടുപോവുകയാണ്." അപ്പോഴും തോളിൽ കുരിശും പിടിച്ചു നില്ക്കുന്ന ഹാവെലിന്റെ ഒരുകൈ പിടിച്ചുവലിച്ചുകൊണ്ടാണ് ഔസേഫ് അതു പറഞ്ഞത്.

"ആരു പറഞ്ഞു ഹാവെൽ നിങ്ങളുടെ മകനാണെന്ന്? അവൻ മറിയത്തിന്റെ മകനാണെന്നു പറഞ്ഞാൽ അതു ശരിയായിരിക്കാം. അവൻ റിച്ചാർഡ് രാജാവിന് പിറക്കേണ്ടിയിരുന്ന മകനാണെന്നു മാത്രം നമുക്കറിയാം. കൊട്ടാരത്തിൽ അവൻ പിറവിയെടുത്തിരുന്നെങ്കിൽ അവനെ സാത്താൻ വകവരുത്തുമായിരുന്നു. അതിനാലാണ് ഇടയഗ്രാമത്തിൽ അവന്റെ ജനനം സംഭവിച്ചത്. എന്നിട്ടും കൂടപ്പിറപ്പായി സാത്താൻ തന്റെ പ്രതിനിധിയെ അയച്ചു." അതു പറഞ്ഞത് അപ്പോൾ അവിടെയെത്തിയ കാറൽ ആയിരുന്നു.

"ശരിയാണ്, അതിനാൽ ഹാവെൽ എന്റെകൂടെ കൊട്ടാരത്തിലേക്ക് മടങ്ങുന്നു."അത് റിച്ചാർഡ് രാജാവിന്റെ ഉത്തരവായിരുന്നു. എന്നിട്ട് ഹാവെലിന്റെ കൈപിടിക്കാൻ രാജാവ് കൈനീട്ടി. അതു തട്ടിത്തെറിപ്പിച്ചുകൊണ്ട് കാറൽ തുടർന്നു.

"അവൻ എങ്ങോട്ടും വരുന്നില്ല. അവന്റെ ചുമലിലെ ഈ ഭാരിച്ച കുരിശു കണ്ടില്ലേ. അതൊന്നിറക്കി വെക്കാൻ സ്ഥലം കണ്ടെത്തണം. അതിനാൽ ഞങ്ങൾ വേറെ വഴിക്ക് നീങ്ങുന്നു."

ഉടനെ ഹാവെൽ കുരിശുമായി മുമ്പേ നടന്നു. അവനു പിന്നാലെ അവിടെയെത്തിയിരുന്നു വെള്ളംകോരികളും മരംകീറികളും. കൂട്ടത്തിൽ കാറലും കൂടി. വെള്ളംകോരികളും മരംകീറികളും തൊഴിലാളികളല്ലേ. അയാൾക്ക് അവരെക്കൂടാതെ കഴിയില്ലല്ലോ.

അട്ടത്തൊരു കുട്ടകം

പണ്ട് പണ്ട് ഫിൻലന്റിൽ ഒരു മുത്തശ്ശിയുണ്ടായിരുന്നു. പാവപ്പെട്ട മുത്തശ്ശിക്ക് ഗ്രാമവാസികൾ നല്കുന്ന ധാന്യവും പഴവും പച്ചക്കറികളുമൊക്കെയായിരുന്നു ആഹാരത്തിനായുണ്ടായിരുന്നത്.

ഒരു വർഷം അവിടത്തെ കർഷകർക്ക് നല്ല വിളവുകിട്ടി. അതിനാൽ അക്കൊല്ലം അവർ നല്കിയ ഗോതമ്പുകൊണ്ട് മുത്തശ്ശിയുടെ പഴയ ചെമ്പുകുട്ടകം നിറഞ്ഞു. എന്നിട്ടു കുട്ടകം മൂടി അട്ടത്തുകയറ്റി വെച്ചു.

"ഒരു കൊല്ലത്തേക്കുവേണ്ട ഗോതമ്പ് ഇതിലുണ്ട്." മുത്തശ്ശി സ്വയം പറഞ്ഞു.

അട്ടത്തു നിറയെ എലികളായിരുന്നു. ഗോതമ്പു കുട്ടകം അരികത്തെത്തിയപ്പോൾ എലികൾ സന്തോഷംകൊണ്ട് തുള്ളിച്ചാടാൻ തുടങ്ങി. പക്ഷേ, കുട്ടകത്തിനകത്തെങ്ങനെ കയറും? കൂട്ടത്തിലെ നരയനെലി കുട്ടകത്തിനു ചുറ്റും നടന്നുനോക്കി. അതാ ചെമ്പു കുട്ടകത്തിന്റെ ഒരുഭാഗത്ത് ഒരു ചെറിയ തുള. കഷ്ടിച്ച് ഒരെലിക്ക് അകത്തു കടക്കാം. കുറേ കാലമായി പട്ടിണി കിടന്ന് എലികളെല്ലാം മെലിഞ്ഞിരുന്നതിനാൽ അവർ ഓരോരുത്തരായി കുട്ടകത്തിനകത്തു

കയറിപ്പറ്റി. എന്നിട്ടു കുട്ടകത്തിനകത്തെ ഗോതമ്പൊക്കെ തിന്നു തീർത്തു.

അതുകഴിഞ്ഞു പുറത്തിറങ്ങാൻ ശ്രമിക്കുമ്പോഴാണ് പ്രശ്നം. ഉള്ള ധാന്യമെല്ലാം ശാപ്പിട്ടു വയർ ക്രമാതീതമായി വീർത്തിരുന്നതിനാൽ ചെറിയ ദ്വാരത്തിലൂടെ പുറത്തിറങ്ങാൻ അവയ്ക്കൊന്നിനും കഴിയില്ലായിരുന്നു. അതോടെ എന്തുചെയ്യണമെന്നറിയാതെ അവ അകത്തു കിടന്നുഴറുമ്പോഴാണ് മച്ചിലൊരു കാല്പെരുമാറ്റം.

അതു മുത്തശ്ശിയമ്മയാണ്. അവർ വന്ന് കുട്ടകത്തിന് മുകളിലെ അമ്മിക്കല്ല് മാറ്റി അടപ്പെടുത്തു തുറന്നു. പക്ഷേ, അര റാത്തൽ ഗോതമ്പെടുത്ത് പൊടിക്കണം എന്നുകരുതി വന്ന അവർ കണ്ടതോ, ഗോതമ്പു മുഴുവൻ അപ്രത്യക്ഷമായിരിക്കുന്നതാണ്. പകരം മൂടിവെച്ചിരുന്ന കുട്ടകത്തിൽ നിറയെ തടിയൻ എലികൾ. കാര്യം പിടികിട്ടിയപ്പോൾ അവർക്ക് എലികളോട് കടുത്ത ദേഷ്യം തോന്നി.

“അവിടെ പട്ടിണികിടന്ന് ചാക്,” അതുംപറഞ്ഞു അവർ കുട്ടകം അടച്ചു അമ്മിക്കല്ലും കയറ്റിവെച്ച് ഇറങ്ങിപ്പോയി.

“ഒന്നും പേടിക്കേണ്ട. രണ്ടുദിവസം കഴിയുന്നതോടെ തിന്ന ഗോതമ്പൊക്കെ ദഹിക്കും. അതോടെ ശരീരവും വയറും ചുരുങ്ങും. അപ്പോൾ നമുക്കു ദ്വാരത്തിലൂടെ രക്ഷപ്പെടാം.”

അതുപറഞ്ഞത് ലോകപരിചയമുള്ള നരയനെലിയായിരുന്നു. പക്ഷേ, ദിവസം ഒന്നേ കഴിഞ്ഞുള്ളൂ. അപ്പോഴതാ വിശന്നു വിശന്നു വലഞ്ഞ ഒരു പാമ്പ് മച്ചിനകത്തേക്ക് കയറിവരുന്നു. അവിടമാകെ എലികളെക്കൊണ്ട് നിറഞ്ഞിരിക്കുന്നത് മൂപ്പർക്കറിയാം. രണ്ടു മൂന്നെണ്ണത്തിനെ ശാപ്പിട്ടു തിരിച്ചുപോകാം എന്നുകരുതി എത്തിയതാണ്. പക്ഷേ, അന്നേരം ഒരെലിയെയും കാണുന്നില്ല.

അപ്പോഴാണ് അട്ടത്തിനു നടുവിലിരിക്കുന്ന കുട്ടകം പാമ്പിന്റെ കണ്ണിൽ പെട്ടത്. ഉടനെ അതിനുചുറ്റും ഒന്നിഴഞ്ഞു നോക്കി. ഒരിടത്തുകണ്ട തുളയിലൂടെ അകത്തേക്കൊന്നു ഒളിഞ്ഞുനോക്കിയ പാമ്പിന്റെ കണ്ണു തള്ളിപ്പോയി. ആ വീട്ടിലെ

മുഴുവൻ എലികളുമതാ തടിച്ചുകൊഴുത്ത് കുട്ടകത്തിൽ കിടന്നു കൂർക്കം വലിച്ചുറങ്ങുന്നു.

പിന്നൊന്നും ആലോചിക്കാതെ അവൻ കുട്ടകത്തിനകത്തേക്കു കയറി. എന്നിട്ടു ഓരോന്നിനെയായി ശാപ്പിട്ടു തുടങ്ങി. അല്പം കഴിഞ്ഞതോടെ ഒറ്റയെണ്ണം ബാക്കിയില്ലാതെ പാമ്പിന്റെ വയറിനകത്തായി. ഇനി തിരിച്ചുപോകാമെന്നു കരുതി അവൻ കുട്ടകത്തിന്റെ ദ്വാരത്തിനടുത്തെത്തി. അപ്പോഴല്ലേ പ്രശ്നം.

എലികളെക്കൊണ്ട് വയറുവീർത്ത പാമ്പിനുണ്ടോ പുറത്തിറങ്ങാൻ കഴിയുന്നു. അങ്ങനെ ഓരോന്നാലോചിച്ച് അവൻ കിടക്കുമ്പോഴതാ മച്ചിനകത്തൊരു കാല്പെരുമാറ്റം. അതു മുത്തശ്ശിയുടേതായിരുന്നു. അവർ വന്നു അമ്മിക്കല്ലും അതിനടിയിലെ അടപ്പും എടുത്തുമാറ്റി. എലികൾ ചത്തോ എന്നറിയാൻ കുട്ടകത്തിനകത്തേക്കു നോക്കി. പക്ഷേ, കണ്ടതോ. ഇര വിഴുങ്ങി തടിച്ചുവീർത്തൊരു പാമ്പ്. അതു കണ്ടപ്പോൾ മുത്തശ്ശിക്കു കാര്യം പിടികിട്ടി. അവർ ഉടനെ കുട്ടകം അടപ്പെടുത്തടച്ച് അമ്മിക്കല്ലും മുകളിൽവെച്ച് ഇറങ്ങിപ്പോയി.

“നീ അതിനകത്തു കിടന്ന് ചാക്,” പോകുമ്പോൾ അവർ പാമ്പിനെ പിരാകുന്നുണ്ടായിരുന്നു. പക്ഷേ, അതൊന്നും നടപ്പില്ലെന്ന് പാമ്പിനറിയാം. നാലുദിവസം കഴിയുമ്പോൾ എലികൾ ദഹിച്ച് തന്റെ ശരീരം മെലിയും. അപ്പോൾ താൻ രക്ഷപ്പെടുകയും ചെയ്യും. പാമ്പ് ആശ്വസിച്ചു.

പക്ഷേ, അവന് ആശ്വസിക്കാൻ സമയം അധികം കിട്ടിയില്ല. രണ്ടു ദിവസം കഴിഞ്ഞപ്പോൾ വിശന്നുവലഞ്ഞു മെലിഞ്ഞൊട്ടിയ ഒരു കീരി ആ വഴിക്കു വന്നു. അവൻ വീട്ടിനടുത്തെത്തിയപ്പോൾ അതാ അകത്തുനിന്നും പാമ്പിന്റെ മണം. അതു പിന്തുടർന്ന് അവൻ മച്ചിലെത്തി കുട്ടകത്തിൽ പാമ്പുണ്ടെന്നു കണ്ടുപിടിച്ചു. അല്പംകൂടെ നിരീക്ഷിച്ചപ്പോൾ കുട്ടകത്തിനകത്തെ പാമ്പിനെ കാണുകയും ചെയ്തു.

ഉടനെ കീരി കുട്ടകത്തുളയിലൂടെ അകത്തുകടന്നു.

എന്നിട്ട് ഒരൊറ്റക്കുതിപ്പിന് ആലസ്യത്തിലായിരുന്ന പാമ്പിന്റെ തല വായിലെടുത്തു സാവധാനം അതിനെ മുഴുവൻ വിഴുങ്ങി.

എന്നിട്ടു പുറത്തുകടക്കാൻ ശ്രമിച്ചപ്പോൾ അവന്റെയും ഗതി തന്റെ പൂർവ്വികരുടേതുതന്നെ. പാമ്പിനെ വിഴുങ്ങിയ വീർത്ത വയറുമായി അവനുണ്ടോ പുറത്തുകടക്കാൻ കഴിയുന്നു. ഇനിയും പുറത്തിറങ്ങണമെങ്കിൽ പത്തുദിവസം കഴിഞ്ഞ് തന്റെ വയറൊട്ടണം. അതുവരെ കാത്തിരിക്കാം എന്നു കരുതി സമാധാനിച്ചു കിടക്കുമ്പോഴാണ് അടുത്തൊരു കാല്പെരുമാറ്റം.

മുത്തശ്ശിയാണ്, അവർ കുട്ടകം തുറന്നുനോക്കുമ്പോൾ അതാ അതിനകത്തു വലിയൊരു കീരി പരക്കം പായുന്നു. അതുകണ്ടപ്പോൾ മുത്തശ്ശിക്കും ആവേശമായി. ഏതായാലും തന്റെ ഗോതമ്പൊക്കെ പോയി. എങ്കിൽപിന്നെ ഈ കീരിയെക്കൊന്നു കറിവെച്ചു കഴിക്കാം എന്നുംപറഞ്ഞ് അവർ കുട്ടകം അടച്ചു കത്തിയെടുക്കാനായി താഴേക്കു പോയി.

മുത്തശ്ശിയുടെ മനസ്സിലിരിപ്പറിഞ്ഞ കീരിക്ക് അങ്കലാപ്പായി. പെട്ടെന്ന് രക്ഷപ്പെട്ടില്ലെങ്കിൽ തന്റെ ജീവൻപോലും നഷ്ടപ്പെടുമെന്നു മനസ്സിലാക്കിയ കീരി ഉടനെ പാമ്പിനെ ഛർദ്ദിച്ചു. അതോടെ അവൻ പൂർവ്വസ്ഥിതിയിലേക്കു ചുരുങ്ങി. എന്നിട്ടു കുട്ടകദ്വാരത്തിലൂടെ പുറത്തുകടന്നു ഓടിപ്പോയി.

അപ്പോഴാണ് മുത്തശ്ശിയുടെ വരവ്. അപ്പോൾ അവർ കുട്ടകത്തിനകത്തു കണ്ടതോ. കീരിയില്ല, പകരം ജീവനുള്ള പാമ്പ് അതാ ഉഴറി നടക്കുന്നു. ഈ പാമ്പിനെ വകവരുത്തിയിട്ടു തന്നെ കാര്യം എന്നുപറഞ്ഞ് അവർ ഒരു മുട്ടൻ വടിയെടുക്കാനായി താഴേക്കുപോയി. അതറിഞ്ഞ പാമ്പിന് ആധിയായി. ഉടനെ അവനൊരു സൂത്രംതോന്നി. വയറിൽ അതുവരെയും ദഹിക്കാതെ കിടക്കുന്ന എലികളെയൊക്കെ അവൻ ഛർദ്ദിച്ചു. അപ്പോഴും അവയ്ക്കു ജീവനുണ്ടായിരുന്നു.

അതോടെ വീണ്ടും മെലിഞ്ഞുണങ്ങിയ പാമ്പ് പുറത്തു കടന്ന് ഇഴഞ്ഞു മറഞ്ഞു. മുത്തശ്ശി തിരിച്ചു വന്നപ്പോൾ കുട്ടകത്തിനകത്തു വിരണ്ടോടുന്ന എലികൾ മാത്രം. എങ്കിൽ അവയെ വെള്ളത്തിൽ മുക്കിക്കൊല്ലാം എന്നുപറഞ്ഞു അവർ

വെള്ളമെടുക്കാനായി തിരിച്ചുപോയി.

അതുകേട്ടപ്പോൾ എലികൾ പേടിച്ചുവിറച്ചുപോയി. തങ്ങളുടെ അന്ത്യം എത്തിയല്ലോ എന്നുകരുതി കരയുന്ന എലികളോട് നരയനെലി പറഞ്ഞു. "പേടിക്കേണ്ട നിങ്ങൾ എന്നോ തിന്ന ഗോതമ്പ് ഇപ്പോഴും ദഹിക്കാതെ വയറ്റിൽക്കിടപ്പുണ്ട് അതൊക്കെ ചർദ്ദിച്ച് പുറത്തുചാടിക്കുക അപ്പോൾ ദ്വാരത്തിലൂടെ പുറത്തേക്കു കടക്കാനുള്ള പരുവത്തിലായിരിക്കും നിങ്ങൾ."

ശരിയാണ്. ഉടനെ അവർ ഗോതമ്പ് ഉപേക്ഷിച്ച് ഓന്നൊന്നായി കുട്ടകംവിട്ടു മച്ചിന്റെ മോന്തായത്തിലേക്കു രക്ഷപ്പെട്ടു. അപ്പോഴാണ് മുത്തശ്ശിയുടെ ഒരുകുടം വെള്ളവുമായുള്ള വരവ്. പക്ഷേ, എലികളെ മുക്കിക്കൊല്ലാനായി കുട്ടകത്തിന്റെ അടപ്പ് തുറന്ന അവർ കണ്ടതോ, ഗ്രാമവാസികൾ തന്ന ഗോതമ്പു കൊണ്ട് അതു നിറഞ്ഞിരിക്കുന്നു. "ഒരു കൊല്ലത്തേക്ക് വേണ്ട ഗോതമ്പ് ഇതിലുണ്ട്" അതുനോക്കി മുത്തശ്ശി സ്വയം പറഞ്ഞു.

സത്യാന്വേഷി

നൂറ്റാണ്ടുകൾക്കു മുമ്പ് ഫിൻലന്റിന്റെ അതിർത്തി പ്രദേശങ്ങളിലെ വനങ്ങളിൽ കൊള്ളക്കാരായ ചില ഗിരിവർഗ്ഗക്കാർ നിവസിച്ചിരുന്നു. നല്ലവരായ നാട്ടുകാരുടെ സ്വത്തും പണവും കവർന്നെടുത്തായിരുന്നു ആ തിരുടന്മാർ ജീവിച്ചിരുന്നത്. ഫിന്നിഷ് ജനത എന്നും സമാധാനപ്രിയരായിരുന്നതിനാൽ ആ അക്രമമൊക്കെ സഹിച്ചു ജീവിച്ചു.

ആ വർഗ്ഗക്കാരിൽ ഹിക്കി, ജൂസി എന്നിങ്ങനെ പേരുള്ള യുവാക്കളായ രണ്ട് ഇരട്ടകളുണ്ടായിരുന്നു. കണ്ടാൽ ഒരേ പോലെ ഇരിക്കുമെങ്കിലും സ്വഭാവത്തിൽ അവർ വളരെ വ്യത്യസ്തരായിരുന്നു. ഹിക്കി അക്രമത്തിലൂടെയും അസഹിഷ്ണുതയിലൂടെയുമായിരുന്നു തന്റെ കാര്യങ്ങൾ നടത്തിക്കൊണ്ടിരുന്നത്. എന്നാൽ ജൂസിയാകട്ടെ പുറമെ മിതഭാഷിയും മര്യാദക്കാരനുമായിരുന്നെങ്കിലും യഥാർത്ഥത്തിൽ വഞ്ചകനും ആൾമാറാട്ടക്കാരനുമായിരുന്നു.

അങ്ങനെയിരിക്കെ വളരെ ദുർബ്ബലനായ ഒരു രാജാവ് ഫിൻലന്റ് ഭരിക്കാനിടയായി. അദ്ദേഹത്തിന്റെ കഴിവുകേടുമൂലം രാജ്യത്തു അസ്വസ്ഥതയും അനീതിയും വർദ്ധിച്ചു. എങ്കിലും നല്ലവരായ ഫിൻലന്റുകാർ അതെല്ലാം സഹിച്ചു ജീവിച്ചു പോന്നു.

ഈ അരക്ഷിതാവസ്ഥ കേട്ടറിഞ്ഞ ഹിക്കി ഒരു പ്രതിജ്ഞ യെടുത്തു. താൻ ഏതക്രമമാർഗ്ഗം സ്വീകരിച്ചും ഫിൻലന്റിലെ രാജാവാകും. അങ്ങനെ വന്നാൽ നാട്ടിലെ സ്വത്തുമുഴുവൻ തന്റേതായിത്തീരുമല്ലോ എന്നായിരുന്നു അവന്റെ വ്യാമോഹം.

ഹിക്കി രാജാവായാൽ നാട്ടിലെ സ്വത്തുമുഴുവൻ അവന്റേ തായിത്തീരുമെന്നും തന്നെ അവൻ നശിപ്പിക്കുമെന്നും അറിയാ മായിരുന്ന ജൂസിയും ഒരു പ്രതിജ്ഞയെടുത്തു. അവനെ ഒരിക്കലും സമാധാനത്തോടെ ഭരിക്കാൻ വിടില്ലെന്നും ബാക്കി യുള്ള കാലം അവനെ വഞ്ചിച്ച് ജീവിക്കുമെന്നും.

തന്റെ ഉദ്ദേശ്യ സാദ്ധ്യത്തിനായി സായുധരായ കുറേ കാട്ടു വർഗ്ഗക്കാരെയും കൂട്ടി ഹിക്കി തലസ്ഥാനത്തേക്കു പുറപ്പെട്ടു. വഴിയിലുടനീളം അവൻ പണക്കാരെ കൊള്ളചെയ്തും പാവപ്പെട്ടവരെ അടിമകളാക്കിയുമാണ് യാത്ര ചെയ്തത്. ഒരിക്കലും അക്രമത്തിനു മുതിരാതിരുന്ന ഫിന്നിഷ് ജനത അവനെ നഗരകവാടത്തിൽ സ്വീകരിച്ച് കൊട്ടാരത്തിലേക്ക് നയിച്ചു. എന്നിട്ട് കൂടുതൽ രക്തച്ചൊരിച്ചിലില്ലാതെതന്നെ അവനെ തങ്ങളുടെ രാജാവായി വാഴിച്ചു. അതോടെ തന്റെ ആഗ്രഹ പൂർത്തീകരണത്തിനുള്ള അവസരം ഹിക്കിക്കു ലഭിക്കുകയും ചെയ്തു.

ഇതറിഞ്ഞ ജൂസിക്കു തന്റെ വിദ്വേഷം അടക്കാനായില്ല. ഹിക്കിയെ പേടിച്ച് വേഷപ്രച്ഛന്നനായി കഴിയുകയായിരുന്നു ജൂസി. ഒരിക്കൽ അവന് ഒരറിയിപ്പ് ലഭിച്ചു. എവിടെയോ ചില ഗ്രാമങ്ങൾ കൊള്ളചെയ്ത് ഹിക്കിയും അനുചരന്മാരും തിരിച്ച് തലസ്ഥാനത്തേക്ക് വരുന്നുണ്ട്.

അവരുടെ വഴിയിൽ ഒരു നദിയുണ്ടെന്നും അവിടെ കടവൊന്നുമില്ല എന്നും ജൂസിക്കറിയാമായിരുന്നു. അവൻ ഉടനെ വേഷപ്രച്ഛന്നനായി ഒരു തോണിയും സംഘടിപ്പിച്ച് അവിടെയെത്തി. ഇപ്പോൾ കടത്തുകാരന്റെ വേഷത്തിലുള്ള ജൂസിയെ കണ്ടാൽ ഹിക്കിപോലും തിരിച്ചറിയുകയില്ല.

പ്രതീക്ഷിച്ചതുപോലെ അല്പം കഴിഞ്ഞപ്പോൾ ഹിക്കിയും പരിവാരങ്ങളും നദിക്കരയിലെത്തി. വള്ളക്കാരനെ കണ്ടതും

ഹിക്കി അവനെ മാടിവിളിച്ചു. അവൻ എത്തിയപ്പോൾ ഹിക്കി പറഞ്ഞു.

"ആദ്യം നമ്മെ മറുകരയിൽ എത്തിക്കുക. പിന്നീട് മറ്റുള്ളവരെയും."

കല്പനപോലെ ജൂസി തന്റെ സഹോദരനുമായി മറുകരയിലേക്ക് തുഴഞ്ഞു. അവിടെ മുഴുവൻ കുറ്റിക്കാടാണ്. അതിന്റെ മറുഭാഗത്താണ് തോണി അണയേണ്ടത്. അതിനാൽ ഇക്കരെ നില്ക്കുന്ന അനുചരന്മാർക്ക് പൊന്തകൾക്ക് പിന്നിൽ നടക്കുന്നതൊന്നും കാണാൻ കഴിയുമായിരുന്നില്ല.

ആ അവസരം ഉപയോഗിച്ച് ജൂസി തോണി മറിച്ചു. വെള്ള ത്തിൽ വീണ ഹിക്കി എങ്ങോട്ടോ ഒലിച്ചുപോയി. അതോടെ വള്ളം വീണ്ടെടുത്ത് ജൂസി ഇക്കരെ അനുചരന്മാരുടെ അടുത്തെത്തി.

"രാജാവ് കല്പിക്കുന്നു. സ്വർണ്ണവും രത്നവും അടങ്ങിയ പേടകങ്ങൾ അടുത്തതായി അദ്ദേഹത്തിന്റെ അടുത്തെത്തിക്ക ണമെന്ന്." ജൂസി പറഞ്ഞു.

അതുകേട്ടു മറുത്തൊന്നും പറയാനാകാതെ അവർ കൊള്ളമുതൽ വള്ളത്തിൽ കയറ്റിക്കൊടുത്തു. അതുംകൊണ്ട് ഒരിക്കൽക്കൂടി മറുകരയിലെ കുറ്റിച്ചെടികൾക്കു പിന്നിൽ മറഞ്ഞ ജൂസി പിന്നീടൊരിക്കലും തിരിച്ചുവന്നില്ല.

പിന്നീടുനടന്ന തെരച്ചിലിൽ അബോധാവസ്ഥയിൽ ഹിക്കി യെ താഴെയെവിടെയോ കണ്ടെത്തി. എങ്കിലും വള്ളക്കാര നെയോ വള്ളത്തിൽ കയറ്റിയിരുന്ന സ്വത്തോ ഒരിക്കലും കണ്ടെ ത്താനായില്ല. വള്ളം മറിഞ്ഞു കണ്ടെടുത്തതിനാൽ തുഴക്കാരൻ മുങ്ങിമരിച്ചിട്ടുണ്ടാകുമെന്നും കൊള്ളമുതൽ കയത്തിൽ താഴ്ന്നിരിക്കാമെന്നും പഴമക്കാർ വിധിയെഴുതി.

അങ്ങനെ അതുകഴിഞ്ഞു. എങ്കിലും നടന്നതെല്ലാം വെറും ഒരു അപകടമാണെന്നു വിശ്വസിക്കാൻ പൂർണ്ണമായും ഹിക്കി തയ്യാറല്ലായിരുന്നു. കാരണം തന്റെ സഹോദരന്റെ വേലത്തരങ്ങ ളെക്കുറിച്ച് നന്നായറിയാവുന്നവനായിരുന്നല്ലോ അവൻ. അതിനാൽ നാടുനീളെ ചാരന്മാരെ വിട്ടെങ്കിലും ഏതു വേഷവും കെട്ടാൻ മിടുക്കനായ ജൂസിയെ കണ്ടെത്താനായില്ല.

അങ്ങനെയിരിക്കെ ഒരു സാമന്ത രാജ്യത്തുനിന്നും ഹിക്കി ഒരു യുവതിയെ അപഹരിച്ചുകൊണ്ടുവന്നു. തനിക്കുശേഷം ഫിൻലന്റു ഭരിക്കാൻ ഒരവകാശി തന്റേതായി ഉണ്ടാവണമെന്ന് അവനു നിർബ്ബന്ധമായിരുന്നു. ഇരുപത് വയസ്സായിരുന്ന അവളെ അവൻ കല്യാണം കഴിച്ചു കൂടെപ്പാർപ്പിച്ചു. എത്രയും പെട്ടെന്ന് ഒരു കുഞ്ഞുണ്ടാവണമെന്നും അവൻ തീരുമാനിച്ചിരുന്നു.

ഈ വിവരമെല്ലാമറിഞ്ഞ ജൂസിക്കു തന്റെ രോഷം അടക്കാനായില്ല. ഹിക്കിയെ ചതിച്ച് അനേകം കോടികൾ തട്ടിയിരുന്നെങ്കിലും ഒരിക്കൽക്കൂടി തന്റെ സഹോദരനെ കബളിപ്പിക്കാൻ അവൻ തീരുമാനിച്ചു.

തന്റെ പദ്ധതി പ്രാവർത്തികമാക്കാനായി ജൂസി ചെയ്തത് ഹിക്കി പെൺകുട്ടിയെ അപഹരിച്ചുകൊണ്ടുവന്ന സാമന്ത രാജ്യത്തിലെ കുടുംബം കണ്ടുപിടിക്കുകയായിരുന്നു. ആ കുടുംബത്തിൽ രണ്ടുപെൺകുട്ടികളേ ഉണ്ടായിരുന്നുള്ളൂ. ഇരുപതു വയസ്സായ മൂത്തവളെയാണ് ഹിക്കി ബലാൽക്കാരം പിടിച്ചുകൊണ്ടുപോയത്.

ഇളയവൾക്കു പ്രായം പതിനാറേയുള്ളൂ. അവളെയും മോഷ്ടിച്ച് ജൂസി തന്റെ രഹസ്യ സങ്കേതത്തിലേക്കു മടങ്ങി. അതോടെ ആ പെൺകുട്ടികളുടെ മാതാപിതാക്കൾക്കെന്തു സംഭവിച്ചു എന്നൊരു വിവരവുമില്ല.

ഏതായാലും വർഷം ഒന്നു കഴിയുന്നതിനു മുമ്പുതന്നെ ഹിക്കി രാജാവിന് ഒരു കുഞ്ഞു ജനിച്ചു. ഒരു പെൺകുഞ്ഞ്. അവളെ ഫിൻലന്റിലെ അടുത്ത കിരീടാവകാശിയായി അവൻ പ്രഖ്യാപിക്കുകയും ചെയ്തു. ശാന്തിപ്രിയരായിരുന്ന ഫിന്നിഷ് ജനത ആ പ്രഖ്യാപനത്തെ എതിർത്തതുമില്ല.

എങ്കിലും ഹിക്കിയുടെ നിർഭാഗ്യമെന്നു പറയട്ടെ പ്രസവ സംബന്ധിയായ പ്രശ്നങ്ങൾമൂലം അധികംവൈകാതെ കുഞ്ഞിന്റെ മാതാവ് മരിച്ചുപോയി.

അതൊരാഘാതമായിരുന്നെങ്കിലും അതിൽ നിന്നൊക്കെ ഹിക്കി ത്വരിതഗതിയിൽ മോചിതനായി. എല്ലാറ്റിലും ധൃതിയായിരുന്ന ഹിക്കിക്ക് തന്റെ മകൾ ഉടനെ വളർന്നുകാണണ

മെന്നാണ് ആഗ്രഹം. എന്നിട്ടുവേണം അവളെ ഭരണഭാരം ഏല്പിക്കാൻ.

തന്റെ ആഗ്രഹ നിവൃത്തിക്കായി രാജ്യത്തെ മുഴുവൻ ഭിഷഗ്വരന്മാരെയും അവൻ വിളിച്ചുവരുത്തി. രാജകുമാരിയെ പെട്ടെന്ന് ഒരു യുവതിയാക്കാനുള്ള അപൂർവ്വ മരുന്നുകളും ഒറ്റമൂലികളുമൊക്കെ ഉടനടി തയ്യാറാക്കാൻ ഉത്തരവ് നല്കി. പക്ഷേ, അത്തരം മാന്ത്രിക ഔഷധങ്ങളെക്കുറിച്ചൊന്നും ആർക്കും അറിവുണ്ടായിരുന്നില്ല. അവർക്കെല്ലാം ആകെ അറിയാമായിരുന്നത് ശരീരപുഷ്ടിക്കും പൂർണ്ണാരോഗ്യത്തിനുമുള്ള ഔഷധങ്ങളെക്കുറിച്ചുമാത്രമായിരുന്നു.

എന്നാൽ തന്റെ മകൾക്ക് ഒരുമാസംകൊണ്ട് ഒരു വർഷത്തെയും ഒരു വർഷംകൊണ്ട് പത്ത് വർഷത്തെയും വളർച്ച വേണമെന്നു ഹിക്കി ശഠിച്ചു. അങ്ങനെ രണ്ട് വർഷം കൊണ്ട് അവൾക്ക് പതിനെട്ട്–ഇരുപത് വയസ്സാവണം, അവൻ തന്റെ വിചിത്ര ആവശ്യം ആവർത്തിച്ചു.

അതുകേട്ടതോടെ എത്തിയിരുന്ന വൈദ്യന്മാരെല്ലാം തങ്ങളുടെ നിസ്സഹായാവസ്ഥ അറിയിച്ചുകൊണ്ട് സ്ഥലംവിട്ടു.

ഈ വിവരമെല്ലാം പ്രച്ഛന്നവേഷത്തിൽ കഴിഞ്ഞിരുന്ന ജൂസിയും അറിയുന്നുണ്ടായിരുന്നു. ഇതുതന്നെ ഒരിക്കൽക്കൂടി തന്റെ സഹോദരനെ പറ്റിക്കാനുള്ള അവസരം എന്നവൻ തീരുമാനിച്ചു. അങ്ങനെ സ്വീഡനിലെ പ്രമുഖ പുരോഹിതന്റെ വേഷത്തിൽ അവൻ ഹിക്കിയുടെ കൊട്ടാരത്തിലെത്തി മുഖം കാണിച്ചു.

"സ്വീഡന്റെ വടക്കുഭാഗത്ത് ശൈത്യക്കാടുകളിൽ ഒരു സന്ന്യാസി ജീവിച്ചിരിപ്പുണ്ട്. എത്രയോ നൂറ്റാണ്ടുകളായി അദ്ദേഹം അവിടെ ഉണ്ടെന്നാണ് ഐതിഹ്യം. ആയുസ്സിനെ മുന്നോട്ടോ പിന്നോട്ടോ നയിക്കാൻ കഴിയുന്ന ദിവ്യൻ. അദ്ദേഹം കായകല്പക്രിയ വഴി നൂറുവയസ്സുകാരനെ ഇരുപതിലേക്കെത്തിക്കും. അതുപോലെ രണ്ടു വയസ്സുകാരനെ ഇരുപതിലേക്കും."ആഗതനായ പുരോഹിതൻ വെളിവാക്കി.

സ്വീഡനിലെ മുഖ്യപുരോഹിതൻ പറഞ്ഞതൊന്നും അവിശ്വസിക്കേണ്ട കാര്യം ഹിക്കിക്കുണ്ടായിരുന്നില്ല. അവൻ

ഉടനെ തന്നെ ആ സിദ്ധന്റെ സേവനം ലഭ്യമാക്കാൻ വേണ്ടതു ചെയ്യാൻ ആഗതനോടപേക്ഷിച്ചു. അതിനായി വലിയൊരു തുകയും ഖജനാവിൽനിന്ന് അനുവദിച്ചു.

ഇതുതന്നെയായിരുന്നു ജൂസിയും ആഗ്രഹിച്ചിരുന്നത്. കിട്ടിയ വൻസ്വത്തുകൊണ്ട് അവൻ സ്ഥലംവിട്ടു. പക്ഷേ, അതുകൊണ്ടു കഴിഞ്ഞില്ല. ഒന്നുരണ്ടാഴ്ച കഴിഞ്ഞ് അവൻ വീണ്ടും കൊട്ടാരത്തിലെത്തി ഹിക്കിയെ കണ്ടു.

ഇപ്രാവശ്യം അവൻ എത്തിയിരുന്നത് സന്ന്യാസി സിദ്ധന്റെ വേഷത്തിലായിരുന്നു. എന്നിട്ട് കുമാരിയെ കാണണമെന്നും പ്രായം വർദ്ധിപ്പിക്കാൻ വേണ്ടതുചെയ്യാമെന്നും അറിയിച്ചു.

ആറുമാസം പോലും പ്രായമാകാത്ത കുഞ്ഞിനെ ജൂസിയുടെ മുന്നിൽ ഹാജരാക്കപ്പെട്ടു. കാര്യസാദ്ധ്യത്തിനായി കുമാരിയെ തന്റെ ആശ്രമത്തിലേക്ക് ഉടനെ കൊണ്ടുപോകേണ്ടതുണ്ടെന്ന് സിദ്ധൻ അറിയിച്ചു. മനസ്സില്ലാമനസ്സോടെ ഹിക്കി അത് അംഗീകരിക്കുകയും ചെയ്തു. അപ്പോഴാണ് കുഞ്ഞിന്റെ ഇടതുകാതിൽ ഒരു കറുത്ത മറുകുള്ളത് അവന്റെ ശ്രദ്ധയിൽ പെട്ടത്.

അങ്ങനെ തന്റെ സഹോദരന്റെ കുഞ്ഞിനെ ജൂസി ചതിയിലൂടെ കൈക്കലാക്കി. മാത്രമല്ല രണ്ടുവർഷത്തേക്കു കുഞ്ഞിനുള്ള ചെലവും തന്റെ പ്രതിഫലവും ആയി ഖജനാവിലുള്ള സമ്പത്തിന്റെ പകുതിയോളം അവനു ലഭിക്കുകയും ചെയ്തു. അതെല്ലാമായി അവൻ താൻ അപഹരിച്ചുകൊണ്ടുവന്ന യുവതിയുമായി താമസിക്കുന്ന അജ്ഞാതകേന്ദ്രത്തിലേക്കു മടങ്ങി.

അവിടെ ആ ശിശു അവളുടെ സംരക്ഷണയിൽ വളരാൻ തുടങ്ങി. തന്റെ സഹോദരിയെ തട്ടിക്കൊണ്ടു പോയത് ഫിൻലന്റിലെ രാജാവായ, ജൂസിയുടെ സഹോദരൻ ഹിക്കിയാണെന്നോ, ഈ കുഞ്ഞ് മരിച്ചുപോയ സഹോദരിയിൽ അയാൾക്കു ജനിച്ചതാണെന്നോ ഒന്നും അവൾക്കറിയാമായിരുന്നില്ല.

തന്റെ കുട്ടി സ്വീഡനിലെ ദിവ്യാത്മാവിന്റെ ആശ്രമത്തിൽ വളർന്നു വലുതാവുന്നതും കാത്ത് അക്ഷമനായി കഴിയുകയാ

യിരുന്നു പിന്നീടുള്ള കാലം ഹിക്കി. എങ്കിലും ഒരു കാട്ടുജാതിക്കാരനാകയാൽ വനത്തിൽ പോകാനും വേട്ടയാടാനും അവൻ സമയം കണ്ടെത്തി. പലപ്പോഴും ഹിക്കി രാജാവും പരിവാരങ്ങളും പല ദിവസങ്ങൾതന്നെ കാനന മധ്യത്തിൽ ചെലവഴിക്കും.

ഈ വിവരമെല്ലാം ജൂസി അറിയുന്നുണ്ടായിരുന്നു. ഒരിക്കൽക്കൂടി തന്റെ സഹോദരനെ ചതിക്കാൻ ഇതുതന്നെ അവസരമെന്നവൻ കണക്കുകൂട്ടി.

ആയിടയ്ക്ക് ഒരുദിവസം ഹിക്കിയും കൂട്ടരും വേട്ടയ്ക്കായി കാട്ടിലെത്തി. അതറിഞ്ഞ് വേഷപ്രച്ഛന്നനായി ജൂസി അവരറിയാതെ അവരെ പിന്തുടർന്നു. അടുത്ത ദിവസം ഹിക്കി ഒരു മാനിന്റെ പിമ്പേ ഓടി തന്റെ കൂട്ടത്തിൽനിന്നും ഒറ്റപ്പെട്ടു ഒരു പാറക്കൂട്ടത്തിനടുത്തെത്തി. അന്നേരം ദാഹംകൊണ്ടു അതീവ പരവശനായിരുന്ന ഹിക്കി ഒരിറ്റുദാഹജലത്തിനായി അവിടമൊക്കെ അലഞ്ഞെങ്കിലും നിരാശയായിരുന്നു ഫലം.

അങ്ങനെ ക്ഷീണിച്ചുവലഞ്ഞു പാറപ്പുറത്തിരിക്കുന്ന ഹിക്കിയുടെ അടുത്തേക്ക് വനവാസിയുടെ വേഷത്തിൽ ജൂസിയെത്തി. രാജാവിനെക്കണ്ടു താണുവണങ്ങി എന്തു സേവനമാണ് ആവശ്യമെന്നന്വേഷിച്ചു. ഹിക്കി തനിക്ക് കുടിക്കാൻ വെള്ളം വേണമെന്ന് പറഞ്ഞപ്പോൾ എല്ലാം മുൻകൂട്ടി തീരുമാനിച്ച പ്രകാരം തന്റെ സഹോദരനെ അടുത്തൊരിടത്തുള്ള കിണറ്റിനരികത്തേക്കാനയിച്ചു.

വെള്ളം കുടിക്കണമെങ്കിൽ കിണറ്റിലേക്കിറങ്ങണം അവിടെയൊരു ചെറിയ ഉറവയുണ്ട്. അതിൽനിന്നും വെള്ളം കോരിക്കുടിക്കുകയേ നിർവ്വാഹമുള്ളൂ. ജൂസി വെളിപ്പെടുത്തി.

എന്തിനും തയ്യാറായ ഹിക്കി കിണറ്റിലേക്ക് ഞാന്നു കിടന്നിരുന്ന ഒരു കാട്ടുവള്ളി പിടിച്ച് തന്റെ സഹോദരനെ അനുധാവനം ചെയ്തു കിണറ്റിനടിയിലെത്തി.

"ക്ഷമിക്കണം ഈ ജലം ഞങ്ങൾ കാട്ടുജാതിക്കാരുടെ ആരാധനാ മൂർത്തിയായ ജലദേവതയുടേതാണ്. നിങ്ങൾ ക്രിസ്ത്യാനികൾക്കതു മനസ്സിലാവില്ല. അതിനാൽ അതുകുടിക്കുന്നതിനുമുമ്പ് അങ്ങു ഫിൻലന്റിലെ രാജാവിന്റെ

വേഷം അഴിച്ചുവെക്കണം. പകരം ഞാൻ തരുന്ന ഞങ്ങളുടെ ഈ മരവുരിയും തോൽക്കുപ്പായവും ധരിക്കണം.'' ഒന്നും അറിയാത്തവനെപ്പോലെ ജൂസി പറഞ്ഞു.

സ്വയം ഒരു ഗിരിജൻ ആയിരുന്നതിനാൽ അക്കാര്യം ഹിക്കിക്കും അറിയാമായിരുന്നു. എങ്കിലും തന്റെ യഥാർത്ഥ വ്യക്തിത്വം ഒരു കാടന്റെ മുന്നിൽ വെളിപ്പെടുത്താൻ അവൻ തയ്യാറല്ലായിരുന്നു. അതിനാൽ ഉടൻ തന്റെ രാജകീയ വസ്ത്രം അഴിച്ചുവെച്ച് അവൻ കാട്ടുവേഷം എടുത്തണിഞ്ഞു. ഉടനെ സ്വർണ്ണവും രത്നവും പതിച്ച രാജകീയ ഉടയാടകളുമായി ജൂസി വള്ളിയിൽ പിടിച്ചു കിണറ്റിനു വെളിയിലെത്തി.

''ഞാൻ അങ്ങയുടെ പടയാളികളെ കണ്ടുപിടിച്ച് ഇങ്ങോട്ടയക്കാം, എന്നും പറഞ്ഞായിരുന്നു അവൻ അപ്രത്യക്ഷനായത്. പോകുമ്പോൾ കിണറ്റിൽ ഞാന്നുകിടന്നിരുന്ന വള്ളിവലിച്ചു പുറത്തിടാനും അവൻ മറന്നില്ല. അതോടെ കിണറ്റിനു പുറത്തു കടക്കാനുള്ള വഴിയും ഹിക്കിക്കു മുന്നിൽ അടഞ്ഞു.

കിണറ്റിനു പുറത്തുകടന്ന ജൂസി ഉടനെ രാജവസ്ത്രം ധരിച്ച് പടയാളികളെ തെരഞ്ഞുപിടിച്ച് അവരെയും കൂട്ടി കൊട്ടാരത്തിലെത്തി. അവനെ ആരും സംശയിച്ചില്ല. കാരണം വേഷം കെട്ടലുകൾ ഒന്നുമില്ലെങ്കിൽ തന്റെ സഹോദരന്റെ തനിപ്പകർപ്പു തന്നെയായിരുന്നല്ലോ ജൂസി. അങ്ങനെ അന്നു മുതൽ ഫിൻലന്റിലെ രാജാവായി ആ വഞ്ചകൻ വാഴാൻ തുടങ്ങി.

പക്ഷേ, അതു കുറച്ചുദിവസമേ നീണ്ടുനിന്നുള്ളൂ. അതിനകം കിണറ്റിൽ അകപ്പെട്ടുപോയിരുന്ന കാട്ടുവേഷധാരിയായിരുന്ന ഹിക്കിയെ ആവഴി പോയിരുന്ന അവന്റെ ജാതിക്കാർതന്നെ രക്ഷിച്ചു. എല്ലാ വിവരവും ഹിക്കിയിൽ നിന്നുമറിഞ്ഞ ഗിരിവർഗ്ഗക്കാർ അമ്പും വില്ലുമെടുത്ത് തലസ്ഥാനത്തേക്ക് പുറപ്പെട്ടു. കൊട്ടാരത്തിൽ എത്തിയ ഹിക്കി കണ്ടത്, താൻ ഒരിക്കൽ കൈയടക്കിയ സിംഹാസനം ഇപ്പോൾ പിടിച്ചെടുത്തിരിക്കുന്ന തന്റെതന്നെ സഹോദരനെയാണ്. അതോടെ കഴിഞ്ഞകാലങ്ങളിൽ തന്നെ ചതിക്കാനായി

വള്ളക്കാരനായും പുരോഹിതനായും ഒക്കെ എത്തിയിരുന്നത് ജൂസി തന്നെയായിരുന്നു എന്നവന് ബോദ്ധ്യമായി.

അതോടെ തന്റെ മകൾക്കെന്തുപറ്റി എന്നറിയാൻ ഹിക്കിക്കു തിടുക്കമായി. സിദ്ധൻ ചമഞ്ഞ് ജൂസി തട്ടിയെടുത്ത അവളെ അവൻ വകവരുത്തിയിരിക്കുമോ എന്ന ശങ്കയിൽ അവൻ ക്രുദ്ധനായി.

അത്രയുമായപ്പോൾ ജൂസി പറഞ്ഞു:

"രണ്ടുവർഷമല്ലേ സ്വീഡനിലെ ദിവ്യൻ പറഞ്ഞത്? അങ്ങനെയാണെങ്കിൽ നിശ്ചിത ദിവസം അദ്ദേഹം തീർച്ചയായും ഇവിടെയെത്തും. നമുക്കു കാത്തിരിക്കാം. ഇല്ലെങ്കിൽ ഞാൻതന്നെ മകളെ കണ്ടുപിടിച്ച് നിങ്ങൾക്കെത്തിച്ചു തരുന്നതാണ്." പുതിയ രാജാവ് വാക്കുകൊടുത്തു.

അതുകേട്ടു ഹിക്കിയും കൂട്ടരും കൊട്ടാരം വിട്ടിറങ്ങി. അപ്പോഴാണ് സിംഹാസനത്തിൽ ഇപ്പോഴിരിക്കുന്നത് ഹിക്കിയുടെ തന്നെ സഹോദരനും തങ്ങളിൽല്പെട്ട ഒരുത്തനുമാണെന്ന് ഗിരിജനങ്ങൾക്ക് മനസ്സിലായത്. സഹോദരങ്ങൾ തമ്മിലടിക്കുന്നതും അതിനു തങ്ങളെ കരുവാക്കുന്നതും ഇഷ്ടപ്പെടാതിരുന്ന അവർ ഹിക്കിയെ വിട്ടു തങ്ങളുടെ കാടുകളിലേക്കു കയറിപ്പോയി.

അങ്ങനെ ഇന്നലത്തെ രാജാവ് ഇന്നുമുതൽ നാട്ടിലെങ്ങും ഒരു പിച്ചക്കാരനെപ്പോലെ അലഞ്ഞുതിരിയാൻ തുടങ്ങി.

അവസാനം രണ്ടുവർഷമെന്ന ആ അവധിയും വന്നെത്തി. ഉടനെ കൊട്ടാരത്തിൽ എത്തണമെന്ന ഒരു സന്ദേശവും അപ്പോൾ ഹിക്കിയെ തേടിവന്നു. അവിടെയത്തിയ അവൻ കണ്ടതോ? പതിനെട്ടുവയസ്സുകഴിഞ്ഞ തന്റെ മകൾ സുന്ദരിയായും സർവ്വാഭരണ വിഭൂഷിതയായും തന്റെ മുന്നിൽ നില്ക്കുന്നു.

അതുകണ്ട ഹിക്കിക്ക് തന്റെ കണ്ണുകളെ വിശ്വസിക്കാൻ കഴിഞ്ഞില്ല. പിന്നീട് പരിസരബോധം വീണ്ടെടുത്ത ഹിക്കി ആ അപ്സരസിനെ അടുത്തുവിളിച്ച് ഇടതുചെവി പരിശോധിച്ചു. അന്നത്തെ അതേ കറുത്ത മറുക് അവിടെ മായാതെ മങ്ങാതെ തന്നെയുണ്ട്. തന്റെ ഭാര്യക്കും അത്തരം ഒരു മറുകുണ്ടായിരു

ന്നല്ലോ. അതോടെ അതു തന്റെ മകളാണെന്നതിൽ ഒരു സംശയവും അവനിൽ അവശേഷിച്ചില്ല. അവളുടെ മുഖച്ഛായയും ശരീരഘടന പോലും തന്റെ മരണപ്പെട്ട ഭാര്യയുടേതു തന്നെ.

ഈ അത്ഭുതകൃത്യം നടത്തിയ സന്ന്യാസിയെ ഉടനെ കാണണമെന്നായി ഹിക്കി. അതുടനെ സംഭവിച്ചില്ലെങ്കിൽ അയാളിൽ വീണ്ടും സംശയം അങ്കുരിക്കുമെന്നും ഏതു സത്യം, ഏതു മിഥ്യ എന്നറിയാതെ ഹിക്കി ഭ്രാന്തനായിത്തീരുമെന്നും അവന്റെ ചേഷ്ടകളിൽനിന്നും വ്യക്തമായിരുന്നു.

അതുകണ്ടു ജൂസി പറഞ്ഞു. "ആ ദിവ്യൻ ഇവിടെത്തന്നെയുണ്ട്. നിന്നെ കാണാനും തയ്യാറാണ്. പക്ഷേ, അദ്ദേഹം ഒരു കാര്യത്തിൽ ദുഃഖിതനാണ്. താൻ വളർത്തിവലുതാക്കിയ ഈ കുഞ്ഞിന്റെ പിതാവായ നീ ഒരു അക്രമിയും പീഡകനുമാണെന്ന് അദ്ദേഹത്തിനറിയില്ലായിരുന്നു. അതിനാൽ നീ അക്രമം വെടിഞ്ഞ് സത്യസന്ധനായി ഇനിയുള്ളകാലം ജീവിക്കാം എന്നു പ്രതിജ്ഞയെടുത്താൽ മാത്രം അദ്ദേഹം നിന്നെക്കാണും. അദ്ദേഹം മാത്രമല്ല, നിന്റെ ഭാര്യയുടെ മാതാപിതാക്കളും ഭാര്യയുടെ അനിയത്തിയും ഒക്കെ ഇവിടെയുണ്ട്. അവർ നിന്നെ സാമന്ത രാജ്യത്തേക്കു കൂടെക്കൊണ്ടുപോകാൻ ആഗ്രഹിക്കുന്നു."

അതുകേട്ടു ഹിക്കി ആനന്ദാശ്രു പൊഴിച്ചു. താൻ പ്രതീക്ഷിച്ചതിലധികമാണ് തനിക്കു ലഭിക്കുന്നത്. ഇനിയൊരിക്കലും അതിക്രമം നടത്തില്ലെന്നവൻ ആണയിട്ടു. ആ പശ്ചാത്താപം തികച്ചും ആത്മാർത്ഥമായിരുന്നു എന്നവന്റെ ശരീരഭാഷ വ്യക്തമാക്കി.

ഉടനെതന്നെ അവന്റെ ഭാര്യയുടെ മാതാപിതാക്കളും തന്റെ രണ്ടുവയസ്സായ മകളും സദസ്സിലേക്കു വന്നു. ആ രണ്ടുവയസ്സായ കുഞ്ഞിനെയും അല്പംമുമ്പ് എത്തിയ ഇരുപതു വയസ്സായ മകളെയും ഒന്നിച്ചു കണ്ടതോടെ ഹിക്കി അമ്പരന്നു. അതു മനസ്സിലാക്കിയ ജൂസി തന്റെ സഹോദരനെ വീണ്ടും ആശങ്കിതനാക്കാതിരിക്കാനായി പറഞ്ഞു:

"ഈ രണ്ടു വയസ്സായ കുഞ്ഞുതന്നെയാണ് നിന്റെ മകൾ,

അവളുടെ ചെവിയിലെ മറുക് അക്കാര്യം സ്ഥിരീകരിക്കും. പിന്നെ ഈ നില്ക്കുന്ന യുവതിയാണ് നിന്റെ ഭാര്യയുടെ അനിയത്തി. ഇത്രയുംകാലം ഒരമ്മയെപ്പോലെ നിന്റെ കുഞ്ഞിനെ വളർത്തിയത് ഇവളായിരുന്നു."

ആ രഹസ്യം പുറത്തുവിട്ട് ജൂസി വീണ്ടും തുടർന്നു:

"ദൈവത്തിനല്ലാതെ ഒരു ദിവ്യാത്മാവിനു പോലും രണ്ടുവയസ്സായ ഒരു കുഞ്ഞിനെ ഇരുപതു വയസ്സായ ഒരു തരുണിയാക്കാൻ കഴിയില്ല. അതിനാൽ നിന്റെ മരിച്ചുപോയ ഭാര്യക്കു പകരം ഈ അനിയത്തിയെ കല്യാണം കഴിക്കുക. എന്നിട്ട് നിന്റെ കുഞ്ഞിനെയുംകൂട്ടി ഈ വൃദ്ധരുടെ കൂടെ അവരുടെ നാട്ടിൽ പോയി ജീവിക്കുക." ജൂസി ഉപദേശിച്ചു.

അതൊക്കെ ഹിക്കിക്കു സമ്മതമായിരുന്നു. എങ്കിലും അത്ഭുതമൊന്നും കാണിച്ചില്ലെങ്കിലും എല്ലാറ്റിനും കാരണക്കാരനായ ദിവ്യനെ ഒരുനോക്കു കാണണമെന്നായി ഹിക്കി.

അതുകേട്ടു ജൂസി സാവകാശം മൊഴിഞ്ഞു:

"എങ്കിൽ കേട്ടോളൂ. ആ ദിവ്യൻ ഞാൻ തന്നെയായിരുന്നു. അത്തരം ഇല്ലാത്ത ഒരു വിശുദ്ധപുരുഷന്റെ ഭാഗം അഭിനയിച്ച് ഇപ്പോൾ ഞാൻ അങ്ങനെ ഒരന്വേഷകനായി മാറി എന്നെനിക്കു തോന്നുന്നു. ഞാൻ ഇന്നോടെ കള്ളവും ചതിയും ഉപേക്ഷിക്കുന്നു. പകരം സ്വീഡന്റെ വടക്കുഭാഗത്തെ കാടുകൾ ലക്ഷ്യമാക്കി പോകുകയാണ്. അങ്ങനെ എന്റെ സത്യാന്വേഷണം ഈ നിമിഷം തുടങ്ങുന്നു."

പിന്നീടൊന്നും ഉരിയാടാതെയും ആരെയും തിരിഞ്ഞു നോക്കുകപോലും ചെയ്യാതെയും മെല്ലെ സിംഹാസനത്തിൽ നിന്നുമിറങ്ങി ജൂസി അനന്തതയിലേക്കു നടന്നുമറഞ്ഞു. അതും നോക്കി തന്റെ മകളെയും അവളുടെ കുഞ്ഞമ്മയെയും മാതാപിതാക്കളെയും ചേർത്തുപിടിച്ച് ഹിക്കി കണ്ണീർ വാർത്തു.

പിന്നീടെന്നും ഫിൻലന്റിലെ സമാധാനകാംക്ഷികളായ ജനങ്ങൾക്ക് ലഭിച്ചത് ശക്തരും നീതിമാന്മാരുമായ രാജാക്കന്മാരെയായിരുന്നു.

മീശകൾ ഉണ്ടാകുന്നത്

വലിയ കൊമ്പൻമീശ വെച്ചു നടക്കുന്നത് ധൈര്യത്തിന്റെയും തടിമിടുക്കിന്റെയും ലക്ഷണമായിട്ടാണല്ലോ കരുതപ്പെടുന്നത്. പണ്ടുകാലത്ത് ഫിൻലന്റിലും അങ്ങനെയായിരുന്നു. ആരെങ്കിലും കൊമ്പൻമീശ വെച്ചിട്ടുണ്ടെങ്കിൽ ഒന്നുകിൽ അയാൾ പട്ടാളക്കാരനാണ്, അല്ലെങ്കിൽ നാട്ടുകാരെ വെല്ലുവിളിക്കാൻ ഇറങ്ങിത്തിരിച്ച ഫയൽമാനാണ്.

അങ്ങനെയിരിക്കെ ഒരു ഗ്രാമത്തിൽ മാർക്കോ എന്നു പേരുള്ള ഒരു യുവാവ് മീശവളർത്താൻ തുടങ്ങി. അവന് മീശ കിളിർത്തുവരുന്നതേ ഉണ്ടായിരുന്നുള്ളൂ. എങ്കിലും അതു താലോലിച്ചു വളർത്തി മാർക്കോ അതിനെ നല്ലൊരു കൊമ്പൻ മീശയാക്കി. എന്നിട്ടവൻ ദ്വന്ദ്വയുദ്ധത്തിനും മൽപിടുത്തത്തിനുമൊക്കെ ഗ്രാമീണരെ വെല്ലുവിളിച്ചു നടന്നു. പക്ഷേ, അവരാരും അത്തരം വ്യർത്ഥകാര്യങ്ങളിലൊന്നും തല്പരരായിരുന്നില്ല. അതിനാൽ തന്നെ അവരൊന്നും മീശ വളർത്തിയിരുന്നുമില്ല.

മാർക്കോ അങ്ങനെ ഗ്രാമത്തിലെ ജനങ്ങളെ ശല്യപ്പെടുത്തി നടക്കുന്നതു കണ്ടപ്പോൾ അവന്റെ ജ്യേഷ്ഠൻ ഓട്ടോക്കു വേവലാതിയായി. അനിയനെ മീശകളഞ്ഞ് നല്ലവനായി നടക്കാൻ ഉപദേശിച്ചെങ്കിലും അവനതിനൊന്നും തയ്യാറല്ലെന്നു

കണ്ടപ്പോൾ മാർക്കോയെ ഒരുപാഠം പഠിപ്പിക്കാൻ തന്നെ ഓട്ടോ തീരുമാനിച്ചു. അതിനായി ഓട്ടോയും മീശവളർത്താൻ തുടങ്ങി.

ഓട്ടോ മീശ വളർത്തുന്നത് തന്നെ വെല്ലുവിളിക്കാനാണെന്ന് മാർക്കോക്കറിയാമായിരുന്നു. എങ്കിലും അവൻ വിട്ടുകൊടുക്കാൻ തയ്യാറല്ലായിരുന്നു. ചില മാസങ്ങൾകൂടി കഴിഞ്ഞപ്പോൾ ഓട്ടോയും മാർക്കോയും ഗ്രാമത്തിലെ വമ്പൻ കൊമ്പൻമീശക്കാരായി.

വെവ്വേറെ ഇടങ്ങളിൽ താമസിച്ചിരുന്ന മാർക്കോയും ഓട്ടോയും ഒരുദിവസം നാട്ടുവഴിയിൽ അഭിമുഖമായെത്തി. ആ അവിചാരിത സംഗമം കണ്ടുനടുങ്ങിയ നാട്ടുകാർ ഇനിയെന്തു സംഭവിക്കുമെന്നറിയാനായി ഇമവെട്ടാതെ നോക്കിനിന്നു.

പ്രതീക്ഷിച്ചതുതന്നെ സംഭവിച്ചു. നാല്പതു നാൾക്കകം രണ്ടിലൊരുത്തൻ മീശ വടിച്ചില്ലെങ്കിൽ നാല്പത്തൊന്നാം ദിവസം പൊതുവേദിയിൽവെച്ചു മരണംവരെയുള്ള അങ്കം നടക്കും.

ആ പ്രഖ്യാപനവും കഴിഞ്ഞ് കൂടപ്പിറപ്പുകൾ രണ്ടുവഴിക്കു പിരിഞ്ഞപ്പോഴും ഗ്രാമീണർ കൺമുന്നിൽ കണ്ടതൊന്നും വിശ്വസിക്കാനാവാതെ അമ്പരന്നു നിന്നു. എന്നാൽ നേരെ തന്റെ വീട്ടിലേക്കുപോയ ഓട്ടോ മരണം വരിക്കാനുള്ള തയ്യാറെടുപ്പുകൾ നടത്തി. കടം വാങ്ങിയതൊക്കെ ആരിൽനിന്നെന്ന് ക്ലേശിച്ചു കണ്ടുപിടിച്ച് മുതലും പലിശയും പിഴപ്പലിശയും തിട്ടപ്പെടുത്തി തിരിച്ചുകൊടുക്കാൻ തുടങ്ങി. തനിക്കും കിട്ടുവാനുണ്ടായിരുന്ന പണം പിരിക്കാൻചെന്ന പലയിടത്തും പട്ടിണിയും പരിവട്ടവും കണ്ടു പലർക്കും കടം എഴുതിത്തള്ളി മാപ്പുകൊടുത്തു. അത്യന്തം ദയനീയ സ്ഥിതിയിൽക്കണ്ട പലരെയും അങ്ങോട്ടു സാമ്പത്തികമായി സഹായിച്ചു.

മരണം ഉറപ്പാണെന്നു തോന്നുമ്പോൾ സ്വർഗ്ഗവും ഉറപ്പാക്കാൻ ശ്രമിക്കണം. അതിനാൽ തന്റെ കീഴിൽ പാടത്തു പണിയെടുത്തിരുന്ന തൊഴിലാളികളോടൊക്കെ ഓട്ടോ സ്നേഹത്തോടെ പെരുമാറാൻ തുടങ്ങി. മുൻകാലത്ത് അവരെ പീഡിപ്പിച്ചതിനും ദേഹോപദ്രവമേല്പിച്ചു ജോലിചെയ്യിച്ചതിനും മാപ്പുപറഞ്ഞു. അദ്ധ്വാനത്തിനുള്ള കൂലി കൊടുത്തു. അവരുടെ

കുടിലുകൾ കുടുംബസമേതം സന്ദർശിക്കുകയും ഒരുമിച്ചുണ്ട് കൂട്ടത്തിൽ കിടന്നുറങ്ങുകയും ചെയ്തു. അതോടെ പാശ്ചാതാപവിവശനും സദ്ചിത്തനുമായ ഒരു മനുഷ്യനായി കഴിഞ്ഞിരുന്നു ഓട്ടോ.

മാർക്കോയുടെ കഥയും വ്യത്യസ്തമായിരുന്നില്ല. തനിക്കിനി ജീവിക്കാൻ എണ്ണപ്പെട്ട ദിനങ്ങളേ ഉള്ളൂ എന്നുകണ്ട മാർക്കോ പെട്ടെന്നു മാനസാന്തരപ്പെട്ടു. എന്നും മദ്യപിച്ചു വീട്ടിലെത്തുകയും ബഹളമുണ്ടാക്കി അയൽപക്കക്കാരെ ശല്യപ്പെടുത്തുകയും കുടുംബാംഗങ്ങളെ ഉപദ്രവിക്കുകയും ചെയ്തുകൊണ്ടിരുന്ന അയാൾ അപ്പാടെ മാറി. താൻ ഉപദ്രവിച്ചവരെയും വെല്ലുവിളിച്ചവരെയും ചെന്നുകണ്ടു മാപ്പപേക്ഷിച്ചു കരഞ്ഞു. മദ്യപാനം അടക്കമുള്ള ദുശ്ശീലങ്ങളപ്പാടെ വെടിഞ്ഞു. കുടുംബാംഗങ്ങളെ കെട്ടിപ്പിടിച്ചു തെറ്റുകൾ ഏറ്റേറ്റുപറഞ്ഞു തേങ്ങിക്കരഞ്ഞു. തന്റെ കൂടെയുള്ള അച്ഛനെയും അമ്മയെയും ജീവനുതുല്യം സ്നേഹിച്ചു സംരക്ഷിക്കാൻ തുടങ്ങി.

അതോടെ ഓട്ടോയുടെയും മാർക്കോയുടെയും വീടുകളിൽ സന്തോഷം തിരതല്ലി. ജീവിതം മുഴുവൻ കലഹിച്ചും കണ്ണീർ വാർത്തും കഴിഞ്ഞിരുന്ന വീട്ടുകാർ ഗൃഹനാഥന്മാരുടെ മാനസാന്തരം കണ്ട് ആഹ്ലാദിച്ചു. ഓട്ടോയുടെയും മാർക്കോയുടെയും കാര്യങ്ങൾ വ്യത്യസ്തമായിരുന്നില്ല. അന്നുവരെയനുഭവിക്കാത്ത ആനന്ദമായിരുന്നു അവരുടെയുള്ളിൽ. അടുത്തുവരുന്ന മരണംപോലും അവർ പലപ്പോഴും വിസ്മരിച്ചു.

ഇത്രയൊക്കെയായിട്ടും അന്ന് അങ്കംകുറിച്ചു പിരിഞ്ഞതിനു ശേഷം ഇന്നുവരെ മാർക്കോയും ഓട്ടോയും തമ്മിൽ കണ്ടിരുന്നില്ല. തങ്ങൾ ജനങ്ങളുടെ മുന്നിൽവെച്ചു നടത്തിയ നാണംകെട്ട പോർവിളിയിൽ ലജ്ജിച്ചു തന്നെയായിരുന്നു അത്. അതിനാൽത്തന്നെ തങ്ങൾ പരസ്പരം മാപ്പുകൊടുത്തിട്ടും ഒന്നിച്ചിരിക്കാൻ കൊതിച്ചിട്ടും അതൊന്നും പ്രകടിപ്പിക്കാൻ കഴിയാതെ ഉള്ളിൽ നീറുകയായിരുന്നു ഇരുവരും.

കാര്യങ്ങൾ ഇത്രമേൽ തകിടം മറിഞ്ഞത് ഗ്രാമവാസികൾക്കും അറിയില്ലായിരുന്നു. അതിനാൽത്തന്നെ ഓർക്കാപ്പുറത്ത് നാല്പതാം നാൾ എത്തിയപ്പോൾ നല്ലൊരു അങ്കം

കാണാൻ അവർക്കൊക്കെ തിടുക്കമായി. അവരെന്നും ഓട്ടോയെയും മാർക്കോയെയും കാണാറുണ്ട്. രണ്ടുപേരും ഇപ്പോഴും മീശവെച്ചുതന്നെയാണ് നടപ്പ്.

അങ്ങനെ ആ ദിവസവും വന്നെത്തി. ഗ്രാമാതിർത്തിയിൽ പൊതുവേദിക്കു ചുറ്റും നാടായ നാട്ടിൽ നിന്നൊക്കെയുള്ള ജനങ്ങൾ തിങ്ങിനിറഞ്ഞു. മണിക്കൂറുകൾ ശ്വാസമടക്കിപ്പിടിച്ചുകൊണ്ടുള്ള ആ നില്പിന് വിരാമമിട്ടുകൊണ്ട് അതാ എതിർഭാഗങ്ങളിൽ നിന്നായി സഹോദരങ്ങളായ ഓട്ടോയും മാർക്കോയും പോരടിച്ചു കൊല്ലാൻ സന്നദ്ധരായി വേദിയിലേക്കു കയറുന്നു.

എന്തിനു കൂടുതൽ വിശദീകരിക്കുന്നു, ഒരുനിമിഷം അന്യോന്യം കണ്ണിൽക്കണ്ണിൽ നോക്കിയിരുന്നു, അവർ തങ്ങളറിയാതെ മുന്നോട്ടാഞ്ഞു. രണ്ടുപേരുടെയും കൈയിൽ മൂർച്ചയുള്ള കഠാരകളുമുണ്ട്. വേദിക്കു മദ്ധ്യത്തിലെത്തിയതും അവർ മല്ലയുദ്ധത്തിലെന്നപോലെ പരസ്പരം ആലിംഗനം ചെയ്തു. യുഗങ്ങൾതന്നെ നീണ്ടുനിന്നെന്നു തോന്നിയ ആ സമാഗമത്തിനൊടുവിൽ അവർ വേർപിരിഞ്ഞപ്പോൾ കാണികൾ ആ മുഖങ്ങൾ ശ്രദ്ധിച്ചു. നിറഞ്ഞൊഴുകുന്ന കണ്ണുകളും വിതുമ്പുന്ന ചുണ്ടുകളും വിറയ്ക്കുന്ന ശരീരവും.

പിന്നീടൊട്ടും താമസിച്ചില്ല. ഓട്ടോ തന്റെ കൈയിലുള്ള കഠാര മാർക്കോയ്ക്കു നേരെ നീട്ടി. എന്നിട്ട് മുറ്റിനില്ക്കുന്ന തന്റെ കൊമ്പൻമീശ അനിയന്റെ കൈക്കു മുന്നിൽ പിടിച്ചുകൊടുത്തു. അമാന്തിക്കാതെ ആ കത്തികൊണ്ടു മാർക്കോ തന്റെ ചേട്ടന്റെ മീശ വടിച്ചെടുത്തു. അതുകഴിഞ്ഞതും ഓട്ടോ തന്റെ അനിയന്റെ മീശയും ക്ഷൗരംചെയ്തു നീക്കി.

ഒരുനിമിഷം. തങ്ങളുടെ കൺമുന്നിൽ നടന്ന അത്ഭുതത്തിന്റെ പൊരുൾ മനസ്സിലായ ജനം ആഹ്ലാദംകൊണ്ട് ആർത്തുവിളിച്ചു. തങ്ങളുടെ സ്വഭാവവൈശിഷ്ട്യംകൊണ്ട് നാട്ടുകാരുടെ കണ്ണിലുണ്ണികളായി മാറിയ സഹോദരന്മാരതാ അവരുടെ മുന്നിൽവെച്ചുതന്നെ ഒന്നിച്ചിരിക്കുന്നു. ആനന്ദലബ്ധിക്കിനിയെന്തു വേണം എന്നായിരുന്നു ആ സമയം ഓരോരുത്തരുടെയും മനസ്സിൽ.

അതുകഴിഞ്ഞ് അങ്കത്തട്ടിൽനിന്നും ഓട്ടോയും മാർക്കോയും താഴെയിറങ്ങുമ്പോഴതാ കുതിരപ്പുറത്തു കുറേ രാജഭടന്മാർ പുരുഷാരത്തിനിടയിലേക്ക് കുതിച്ചെത്തുന്നു. ആ ഗ്രാമത്തിൽ കൊമ്പൻമീശക്കാരായ രണ്ടുപേർ ഉണ്ടെന്നറിഞ്ഞുള്ള വരവാണ്. അവരെ നിർബ്ബന്ധിച്ചു പട്ടാളത്തിൽ ചേർത്തു യുദ്ധംനടക്കുന്ന അതിർത്തിയിലേക്കു കൊണ്ടുപോകാൻ വന്നതാണ്. എങ്കിലും അത്തരം മീശക്കാരെയൊന്നും ജനങ്ങൾക്കിടയിൽ കാണാൻ കഴിഞ്ഞില്ല. അവസാനം ഓട്ടോയും മാർക്കോയും തന്നെ സ്വയം ഒറ്റിക്കൊടുത്തു.

പക്ഷേ, ഒരു പൊടിമീശ പോലുമില്ലാത്ത അവരെ പട്ടാളത്തിൽ ചേർക്കാൻ പട്ടാളത്തലവൻ അനുവദിച്ചില്ല.

"ഒരു കാര്യംചെയ്യാം, ഇനിയും മീശവളർന്നു കൊമ്പനാകുമ്പോൾ കൊണ്ടുപോകാം. അതിനായി ഒരു ഭടൻ ഗ്രാമത്തിൽ തങ്ങും."

അതുംപറഞ്ഞ് സൈനികർ പോയി. ഓട്ടോയുടെയും അനിയന്റേയും മീശ വളർന്നു കാണാൻ ഏർപ്പാടാക്കിയ ഭടൻ ഇപ്പോഴും അവിടെ തങ്ങുകയാണെന്നാണ് ഒടുവിൽ കിട്ടിയ റിപ്പോർട്ട്.

മാന്ത്രികശില

പണ്ട് പണ്ട് ഫിൻലന്റ് ഭരിച്ചിരുന്ന രാജാവായിരുന്നു ആമോസ്. ദുരാഗ്രഹിയും മുൻകോപിയും ജനങ്ങളാൽ വെറുക്കപ്പെട്ടവനുമായിരുന്നു ആമോസ്. എന്നാൽ അദ്ദേഹത്തിന്റെ മന്ത്രിയായിരുന്ന കിം സത്യസന്ധനും ജനോപകാരിയുമായിരുന്നു. അത്രയെങ്കിലും ആശ്വാസം, ജനങ്ങൾ കരുതി.

ഒരുദിവസം പതിവുപോലെ രാജാവും മന്ത്രിയും രാജപാതയിലൂടെ സായാഹ്ന സവാരിക്കിറങ്ങി. രാജാവ് കുതിരപ്പുറത്തും മന്ത്രി അദ്ദേഹത്തിന്റെ വാമഭാഗത്തായി നടന്നുമാണ് സവാരി. കുറച്ചുദൂരം പിന്നിട്ടപ്പോഴതാ പെട്ടെന്നെന്തിലോ തട്ടിയിട്ടെന്ന വിധം കുതിര അടിതെറ്റി വീഴുന്നു. കൂടെ കുതിരപ്പുറത്തിരുന്ന രാജാവും.

ഭടന്മാരും തദവസരത്തിൽ അവിടെയുണ്ടായിരുന്ന ജനങ്ങളുംകൂടി അവരെ എഴുന്നേല്പിച്ചു. കുതിരയുടെ കാലൊടിഞ്ഞിരിക്കുന്നു. രാജാവിന്റെ കൈയും. പരിശോധിച്ചപ്പോഴാണ് കുതിര വീഴാനുള്ള കാരണം വഴിയിൽക്കിടന്ന ഒരു ചെറിയ ഉരുളൻ കല്ലാണെന്നു മനസ്സിലായത്.

"മന്ത്രീ, വഴിയിൽ കല്ലു കിടക്കുന്നതു ശ്രദ്ധിക്കുകയും കുതിരയെ മാറ്റിനടത്തുകയും ചെയ്യേണ്ട ഉത്തരവാദിത്വം

താങ്കളുടേതായിരുന്നു. അതു നടക്കാത്തതുകൊണ്ടാണ് ഇത്ര വലിയ അത്യാഹിതം പിണഞ്ഞത്. അതിനാൽ കുറ്റത്തിനുള്ള തക്കശിക്ഷ താങ്കൾക്കു ലഭിക്കണം.'' മുൻകോപിയായ ആമോസ് പ്രസ്താവിച്ചു.

എന്നിട്ട് ഇന്നേക്കു മൂന്നാംദിവസം കിമ്മിന്റെ വധശിക്ഷ നടപ്പാക്കാനുള്ള ഉത്തരവും നല്കി ആമോസ് കൊട്ടാരത്തിലേക്കു മടങ്ങി.

അതുകേട്ടു കിമ്മിന്റെ കണ്ണിൽ ഇരുട്ടുകയറി. മരണം മുന്നിൽക്കണ്ട ആ മനുഷ്യൻ കുറേനേരം തന്റെ അന്ത്യത്തിനു കാരണമായ ആ കല്ലിനെത്തന്നെ നോക്കിനിന്നു. എന്നിട്ട് എന്തോ നിനച്ച് അതും കൈയിലെടുത്ത് വീട്ടിലേക്കു നടന്നു. അതിനകം മറ്റെല്ലാവരും അവിടം വിട്ടുകഴിഞ്ഞിരുന്നു.

തന്നെ വധശിക്ഷയ്ക്കു വിധിച്ചിരുന്ന ദിവസത്തിന്റെ തലേന്ന് എന്തൊക്കെയോ ആലോചിച്ചുറപ്പിച്ചിരുന്ന കിം കൊട്ടാരത്തിലെത്തി ആമോസിനെ മുഖം കാണിച്ചു. അതിനകം ശുണ്ഠിക്കാരനായിരുന്നെങ്കിലും ആമോസിന്റെ താപം അല്പം ക്ഷയിച്ചിരുന്നു.

"പ്രഭോ, കഴിഞ്ഞ രണ്ടു ദിവസവും കുതിരയെ വീഴ്ത്തിയ കല്ലിനെക്കുറിച്ചു തന്നെയായിരുന്നു അടിയന്റെ ചിന്ത മുഴുവനും. ഇത്ര ചെറിയ ഒരു കല്ല് ഒരു കുതിരയെയും വീഴ്ത്തുകയില്ല. അതിനാൽ അതിന്റെ കാരണം കണ്ടുപിടിക്കാൻ തന്നെ അടിയൻ തീരുമാനിച്ചു. ആ അത്ഭുതം അങ്ങനെ വെളിപ്പെടുകയും ചെയ്തു."

മന്ത്രി പറഞ്ഞു. എന്നിട്ട് ഔത്സുക്യത്തോടെ കാതോർക്കുന്ന രാജാവിനെ ശ്രദ്ധിച്ച് തുടർന്നു:

"ഇത് ഒരു സാധാരണ ശിലയല്ല. ആവശ്യമുള്ള മന്ത്രതന്ത്രങ്ങളിലൂടെ വജ്രമാക്കി മാറ്റാവുന്ന മാന്ത്രിക ശിലയാണ്. മാത്രവുമല്ല ഇത് വജ്രാവസ്ഥ പ്രാപിച്ചാൽ ഈ കല്ലുകൊണ്ടു തൊടുന്നതൊക്കെ സ്വർണ്ണമായിത്തീരും. അത് ഒരു മനുഷ്യനെയാണെങ്കിൽ അയാൾ സ്വർഗ്ഗത്തിൽ പോകും."

ശേഷം മന്ത്രി ഇത്രയുംകൂടി പറഞ്ഞുനിർത്തി:

"പക്ഷേ, ഒരു കാരണവശാലും ഇത് തീ തൊടാൻ പാടില്ല. അങ്ങനെയാണെങ്കിൽ വിപരീതമായിരിക്കും ഫലം."

ഈ മഹാരഹസ്യം കേട്ട ആമോസ് ആശ്ചര്യഭരിതനായി. ഒരു പണ്ഡിതനും മരണം കാത്തുകഴിയുന്ന വ്യക്തിയുമായ കിമ്മിന് കള്ളം പറയേണ്ടതില്ലല്ലോ. എങ്കിലും ഈ വെറും കല്ലെങ്ങനെ വജ്രമാകും. ദുരാഗ്രഹിയായ ആമോസിന് അറിയേണ്ടതതായിരുന്നു.

"അതിനു വഴിയുണ്ട്. പക്ഷേ, സമയമെടുക്കും. പണച്ചെലവും കൂടും. പല പണ്ഡിതന്മാരെയും ദിവ്യന്മാരെയും പങ്കെടുപ്പിച്ച് ഹോമ യജ്ഞാദികൾ നടത്തേണ്ടതുണ്ട്.'' കിം വിശദീകരിച്ചു.

അല്പം ആലോചിച്ചതിന് ശേഷം ആമോസ് തന്റെ തീരുമാനമറിയിച്ചു.

"എങ്കിൽ അക്കാര്യം ഞാൻ താങ്കളെത്തന്നെ ഏല്പിക്കുന്നു. താങ്കളുടെ വധശിക്ഷ കൃത്യം ഒരുവർഷം കഴിഞ്ഞു നടപ്പാക്കും. അതിനുമുമ്പ് വജ്രം നമ്മെ ഏല്പിക്കണം. പൂജാദികൾക്കുവേണ്ട പണം ഭണ്ഡാരത്തിൽനിന്നും എഴുതി വാങ്ങുക."

ഇതും പറഞ്ഞ് ആമോസ് മന്ത്രിയെ തിരിച്ചയച്ചു.

നല്ലൊരു തുക കൈയിലും ഒരു വർഷംകൂടി ജീവിക്കാൻ കഴിഞ്ഞതിലുമുള്ള സന്തോഷം മനസ്സിലുമായി വീട്ടിൽ തിരിച്ചെത്തിയ കിം തന്റെ കുടുംബത്തിന്റെ ഭാവിസുരക്ഷയ്ക്കായി ചിലതൊക്കെ ചെയ്തു. അതിനുശേഷം പലപ്പോഴും അദ്ദേഹത്തെ ആ പ്രദേശത്തൊന്നും കണ്ടിരുന്നില്ല. സംഗതി അറിയുന്നവരൊക്കെ കരുതിയത് കിം താന്ത്രിക വിദ്യകളിൽ ഏർപ്പെട്ടിരിക്കുകയാണെന്നാണ്.

അങ്ങനെ വർഷം ഒന്നു കഴിയാറായപ്പോൾ കിം തന്റെ കൈയിലുള്ള കല്ലുമെടുത്ത് ഏതോ പരദേശത്തുള്ള ഒരു തട്ടാനെ സമീപിച്ചു. എന്നിട്ട് അതു കാണിച്ചുകൊടുത്തു കൊണ്ടു പറഞ്ഞു:

"ഇതുപോലെയൊന്നു വെള്ളിയിൽ തീർക്കണം. കാണാൻ രൂപത്തിലും വലിപ്പത്തിലും ഒരു മാറ്റവുമരുത്."

പറഞ്ഞതുപോലെ അല്പം ദിവസങ്ങൾക്കകം ആ തട്ടാൻ അത്തരമൊരു ശില്പം നിർമ്മിച്ചുകൊടുത്തു. അത്രയായപ്പോൾ തന്റെ കൈയിൽ മിച്ചമിരുന്ന പണം മിക്കവാറും തീർന്ന മട്ടായി. എങ്കിലും മനസ്സിൽ പുതിയ പ്രതീക്ഷകളുണ്ടായിരുന്നു.

നിശ്ചയിച്ച ദിവസം വെള്ളിക്കല്ലുമായി കിം ആമോസിനെ മുഖംകാണിച്ചു വണങ്ങി. എന്നിട്ട് ആ വസ്തു അദ്ദേഹത്തിന്റെ കൈയിൽക്കൊടുത്തു. അത്ഭുതം! കൃത്യം ഒരുവർഷം മുമ്പ് തന്റെ കൈയിലിരുന്ന ശിലയാണ് ഇപ്പോൾ വെള്ളിയായിരിക്കുന്നത്. എങ്കിലും ആ ദുരാഗ്രഹിക്കു പെട്ടെന്നു നിരാശയും ദേഷ്യവും വന്നു. കല്ലു വെള്ളിയായതിന്റെ കാരണമറിയണം.

“പ്രഭോ, കല്ലു വജ്രമാകുന്ന മാർഗ്ഗത്തിൽ തന്നെയാണ്. പക്ഷേ, മന്ത്രതന്ത്രങ്ങൾക്കുവേണ്ട അപൂർവ്വ വ്യക്തികളെ കാണാൻ സമയമെടുത്തു. പുറമെ വിചാരിച്ചതിൽ കൂടുതൽ പണച്ചെലവുമുണ്ടായി.”

മന്ത്രി തുടർന്നു: “പക്ഷേ, പുരോഗതി ഉറപ്പാണ്. ഒരു വർഷം കൂടി എടുക്കുമെന്നു മാത്രം.”

ഒരു കൊല്ലവും കുറച്ചു തുകയുംകൂടി കിട്ടുമെന്നു നിനച്ചാണ് കിം അങ്ങനെ പറഞ്ഞത്. അപ്പറഞ്ഞതിൽ അല്പം കാര്യമുണ്ടാകാമെന്ന് ആമോസിനും തോന്നി. ശിലയ്ക്കു വെള്ളിയാവാമെങ്കിൽ അതിനു സ്വർണ്ണവുമാവാം. എങ്കിൽ ഇയാൾക്ക് ഒരു വർഷവുംകൂടി അനുവദിക്കുന്നതിൽ എന്താണ് തെറ്റ്. പക്ഷേ, പണം കൂടുതൽ ചെലവഴിക്കാൻ ആ ദുരാഗ്രഹി തയ്യാറല്ലായിരുന്നു. അദ്ദേഹം കിമ്മിനെ വെറും കൈയോടെ തിരിച്ചയച്ചു.

“അടുത്ത വർഷം ഈ ദിവസം വജ്രക്കല്ലുമായി കൊട്ടാരത്തിൽ എത്തിയിരിക്കണം. അതുവരെ താങ്കളുടെ വധശിക്ഷ നാം നീട്ടിയിരിക്കുന്നു.” ഉത്തരവായി.

തന്ത്രപൂർവ്വം നേടിയ ഒരു സംവത്സരവും കാലിയായ കീശയുമായി കിം വീട്ടിൽ തിരിച്ചെത്തി. ഇനിയുള്ള കാലം തന്റെ പ്രിയപ്പെട്ട കുടുംബാംഗങ്ങളുടെ കൂടെ കഴിയണം. അല്ലറ ചില്ലറ പണിചെയ്തു ചെലവിനുള്ളതുണ്ടാക്കണം. ഇത്രയുമായിരുന്നു മനസ്സിൽ തീരുമാനിച്ചുറപ്പിച്ചത്.

അങ്ങനെ കാലം വേഗം കടന്നുപോയി. ഇനിയും വജ്രക്കല്ലുമായി കൊട്ടാരത്തിലെത്താൻ അധികം ദിവസങ്ങളില്ല എന്നു മനസ്സിലാക്കിയ കിം വീട്ടിലെ മുഴുവൻ സ്വർണ്ണവും ആഭരണവും അപഹരിച്ച് അങ്ങ് ദൂരെയുള്ള ഒരു സ്വർണ്ണപ്പണിക്കാരന്റെ അടുത്തെത്തി. പഴയ വെള്ളിക്കല്ലു കാണിച്ച് അതുപോലൊരെണ്ണം ഉടനെ സ്വർണ്ണത്തിൽ തീർക്കാൻ നിർദ്ദേശം നല്കി. ഇതെന്തൊരു കിറുക്ക് എന്നു തട്ടാനു മനസ്സിൽ തോന്നിയെങ്കിലും പൊന്നുരുക്കുന്നിടത്ത് പൂച്ചയ്ക്കെന്തുകാര്യം എന്നു പറഞ്ഞതുപോലെ കിട്ടാവുന്ന നല്ലകൂലി മനസ്സിലോർത്ത് അയാൾ അത്തരം ഒരു പൂർണ്ണശില്പം കിമ്മിനു നിർമ്മിച്ചു നല്കി. അതുമായി തിരിച്ചുപോരുമ്പോൾ ആ വെള്ളിക്കല്ലു വഴിയിലെവിടെയോ അയാൾ വലിച്ചെറിഞ്ഞു.

അങ്ങനെ സ്വർണ്ണ ശില്പവുമായി നിയുക്തദിനം മന്ത്രി ആമോസിന്റെ സന്നിധിയിലെത്തി. വർഷം ഒന്നുകൂടി കഴിഞ്ഞിട്ടും വജ്രക്കല്ല് ലഭിക്കാതിരുന്നതിനാൽ ആമോസ് തികച്ചും അസ്വസ്ഥനായിരുന്നു. എങ്കിലും ഇത്തവണയും പഴയ പല്ലവികൾ ഒന്നുകൂടി നിറം കലർത്തി കിം രാജാവിനുമുന്നിൽ അവതരിപ്പിച്ചു. അതികഠിനവും വിപുലവുമായ യാഗവും യജ്ഞവുമാണ് കഴിഞ്ഞ ഒരു വർഷത്തിനിടെ നടത്തിയത്. അതും ലോകത്തിൽ ഇന്നവശേഷിച്ച അപൂർവ്വം ദൈവജ്ഞൻമാരെയും മാന്ത്രികരെയും ഉപയോഗിച്ച്. മാത്രമല്ല, ഒരു വർഷവുംകൂടി തീരുന്നതോടെ വജ്ര ലഭ്യത ഉറപ്പാക്കിയിട്ടുമുണ്ട്. അതിനിനിയും പണച്ചെലവു കൂടുമെങ്കിലും.

കിം പറഞ്ഞതുകേട്ടപ്പോൾ ദുരാഗ്രഹിയായ ആമോസിന് മറുത്തൊന്നും പറയാൻ കഴിഞ്ഞില്ല. ലക്ഷ്യം നേടിയിട്ടില്ലെങ്കിലും പുരോഗതി ഉണ്ടല്ലോ. ഇപ്പോൾ വെള്ളി സ്വർണ്ണമായിരിക്കുന്നു. വീണ്ടുവിചാരമില്ലാതെ ഇയാളെ ഉടനെ വധിച്ചാൽ തനിക്കു ലാഭമൊന്നുമില്ല. ഒരു കൊല്ലംകൂടി കഴിഞ്ഞിട്ടായാൽ വജ്രക്കല്ലു സ്വന്തമാക്കാം. അങ്ങനെ തീരുമാനിച്ച് ആ ദുർമ്മോഹി കിമ്മിന്റെ ആയുസ്സ് ഒരുവർഷംകൂടി നീട്ടിനല്കി. വീണ്ടും അയാളെ ഒരു ചില്ലിക്കാശുപോലും നല്കാതെ മടക്കിയയച്ചു.

വീട്ടിൽ തിരിച്ചെത്തിയ കിം ചില കഠിന തീരുമാനങ്ങളെടുത്തു. തന്റെ ജീവിതം അടുത്ത വർഷത്തിനപ്പുറം പോകാനുള്ള സാദ്ധ്യത വിരളമാണ്. എങ്കിലും പ്രതീക്ഷകൾ കൈവിട്ടുകൂടല്ലോ. അതിനാൽ എങ്ങനെയെങ്കിലും ഒരു വജ്രക്കല്ല് സംഘടിപ്പിക്കണം. അതും തന്റെ കൈയിലിരിക്കുന്ന സ്വർണ്ണശിലയുടെ വലിപ്പത്തിലും ആകൃതിയിലും. അതിനുവേണ്ട കോടികളെവിടെ? ആലോചിച്ചപ്പോൾ കിമ്മിന് ഒരു വഴിയേ മുന്നിൽ തെളിഞ്ഞു കണ്ടുള്ളൂ. തന്റെ സർവ്വ സ്ഥാവര ജംഗമ സ്വത്തുക്കളും വിറ്റു വജ്രം വാങ്ങാനുള്ള പണം സ്വരൂപിക്കുക. കുടുംബം താമസിക്കുന്ന ബംഗ്ലാവടക്കം. വില്ക്കേണ്ടി വരും അനേകം തലമുറകളിലൂടെ കൈമാറിക്കിട്ടിയ പൈതൃകമാണ്. പക്ഷേ, മറ്റു വഴികളില്ല.

അതോടെ തന്റെ പരിവാരം വഴിയാധാരമാകുമെന്ന് കിമ്മിനറിയാമായിരുന്നു. അതിനാൽത്തന്നെ അവരെ തലസ്ഥാനനഗരിയിലെ തെരുവുഗുണ്ടകളുടെ ഇരയാകാതിരിക്കാനായി അങ്ങുദൂരെയുള്ള കൊടും വനത്തിലേക്കയക്കാൻ തീരുമാനിച്ചു. അവിടെയാകുമ്പോൾ വന്യമൃഗങ്ങളെ മാത്രം സൂക്ഷിച്ചാൽ മതിയല്ലോ. അങ്ങനെ തന്റെ ഭാര്യയെയും കുട്ടികളെയും ശാരീരികമായും മാനസികമായും വനവാസത്തിനു തയ്യാറാക്കാനുള്ള നടപടികൾ അയാൾ ഉടനെ ആരംഭിക്കുകയും ചെയ്തു.

അക്കാര്യം വലിയ കണ്ണീരില്ലാതെ സാധിച്ചെടുത്ത കിം ഒന്നൊന്നായി തന്റെ സ്വത്തുക്കളൊക്കെ വിറ്റു പണമാക്കി. എന്നിട്ട് അതുമായി ആകെ അവശേഷിച്ചിരുന്ന സ്വത്തായ കുതിരപ്പുറത്തുകയറി അതിവിദൂര പ്രദേശങ്ങൾ ലക്ഷ്യമിട്ട് യാത്ര തുടങ്ങി.

അങ്ങനെ വളരെക്കാലം തന്റെ കൈയിലുള്ള സ്വർണ്ണശിലയ്ക്കു സമാനമായ വജ്രക്കല്ലുമന്വേഷിച്ചു കിം നാടായ നാടൊക്കെ അലഞ്ഞുനടന്നു. അവസാനം ഭൂമിയുടെ അറ്റത്തുള്ള ഏതോ നഗരത്തിലെ വജ്രഖനിയിൽനിന്നും തനിക്കുവേണ്ട വജ്രശില ലഭിച്ചു. പിന്നീടുള്ള ദിവസങ്ങൾ അത് തനിക്കു വേണ്ടവിധം സംസ്കരിച്ചെടുക്കാനായി മാറ്റിവെച്ചു. അതു ലഭിച്ചയുടനെ തിരിച്ചുള്ള സുദീർഘ യാത്ര തുടങ്ങി.

യാത്രയിലുടനീളം കിമ്മിനു വേവലാതിയായിരുന്നു. കാരണം വജ്രം നഷ്ടപ്പെടുകയോ മോഷ്ടിക്കപ്പെടുകയോ കൊള്ളയടിക്കപ്പെടുകയോ ചെയ്യരുത്. ഏറ്റവും പ്രധാനം അതു തീയിൽ വീഴരുത് എന്നതാണ്. അങ്ങനെ സംഭവിച്ചാൽ അതിരിക്കുന്ന കുലം മുടിയും. അതു സ്പർശിക്കുന്ന വ്യക്തി നരകത്തിൽ പോകും.

വേറെയും ചില ആശങ്കകളും കിമ്മിനുണ്ടായിരുന്നു. വജ്രക്കല്ലുകൊണ്ടു സ്വർണ്ണം ഉണ്ടാക്കാമെന്ന് ഒരിക്കൽ താൻ ആ അത്യാഗ്രഹിയോടു പറഞ്ഞിരുന്നു. അദ്ദേഹം അതു മറന്നിട്ടില്ലെങ്കിൽ തന്റെ കഷ്ടകാലം അപ്പോൾ തുടങ്ങും. അല്ലെങ്കിൽ വജ്രത്തിന് ആ ശക്തികിട്ടാൻ ഒരു വർഷംകൂടി വേണമെന്ന് പറഞ്ഞ് ഒഴിഞ്ഞുമാറണം. അത് സ്വീകരിക്കപ്പെട്ടാൽ ജീവിതവും കുടുംബവും നഷ്ടപ്പെട്ട തനിക്ക് അല്പകാലത്തേക്കുകൂടി ജീവൻ നീട്ടിക്കിട്ടും.

കഴിഞ്ഞ മൂന്നുകൊല്ലമായി മുൻമന്ത്രി കിം അനുഭവിച്ചിരുന്ന പീഡനങ്ങളും അയാളുടെ കുടുംബം നിരാലംബമായതും നാട്ടുകാർക്കൊക്കെ അറിയാമായിരുന്നു. അതിനുത്തരവാദിയായ ആമോസിനെ അവർ അത്യന്തം വെറുക്കുകയും ചെറുക്കുകയും ചെയ്തു.

നിശ്ചിത ദിവസം കൊട്ടാരത്തിലെത്തിയ കിം കണ്ടത് ഒരു അപ്രതീക്ഷിതരംഗമായിരുന്നു. തലേന്നു രാത്രി ആമോസ് തീപ്പെട്ടിരിക്കുന്നു. കിം എത്തുമ്പോൾ ഒരു കുഴിയിൽ തയ്യാറാക്കിയിരുന്ന രാജകീയ ചിതയിൽ ശരീരം വെച്ചിരിക്കുന്നു. ആചാരങ്ങളോടെ ചിതയ്ക്കു തീകൊളുത്തപ്പെട്ട നിമിഷമാണ് കിം അവിടെയെത്തിയത്.

എന്തിനധികം, തന്റെ യജമാനനായിരുന്ന ആമോസിന്റെ മുഖം അവസാനമായി ഒരിക്കൽക്കൂടി കാണാനുള്ള വ്യഗ്രതയിൽ കിം ചിതയുടെ ചുറ്റുമതിലിൽനിന്നും താഴേക്കു ആഞ്ഞുനോക്കി

ആ നിമിഷം വജ്രശില ആളിക്കത്തുന്ന ചിതാഗ്നിയിലേക്കു വീണ് ആമോസിന്റെ തുറന്നുവെച്ചിരുന്ന മുഖത്തു തറഞ്ഞിരുന്നു.

ഈ കൃത്യം ആരു ചെയ്തെന്ന് കാണാൻ തലയുയർത്തിയ ജനങ്ങൾ കണ്ടത് ഭയപ്പാടോടെ നില്ക്കുന്ന ഒരു അപരിചിതനെയാണ്. അത് തങ്ങളുടെ പ്രിയങ്കരനും നീതിമാനുമായ കിം ആണെന്നു തിരിച്ചറിയാൻ അവർ ഒരു നിമിഷാർദ്ധമേ എടുത്തുള്ളൂ. ഉടനെ തടിച്ചുകൂടിയ പുരുഷാരത്തിൽനിന്നും ഒരു അട്ടഹാസമുയർന്നു.

"കിം രാജാവ് നീണാൾ വാഴട്ടെ."

അതുകേട്ടു ആനന്ദാശ്രു പൊഴിച്ചവരിൽ യാചകരായി അവിടെയെത്തിയ കിമ്മിന്റെ കുടുംബവുമുണ്ടായിരുന്നു.

ലൂക്കയും മുയലും

പണ്ട് പണ്ട് ഫിൻലന്റിൽ ലൂക്ക എന്നുപേരുള്ള ഒരു പക്ഷിവേട്ടക്കാരൻ ജീവിച്ചിരുന്നു. ഇടയ്ക്കിടെ കാട്ടിലെത്തി പക്ഷികൾ കൂടുകൂട്ടി താമസിക്കുന്ന മരങ്ങൾ കണ്ടെത്തി അവയ്ക്കുകീഴെ കെണിയൊരുക്കി ലൂക്ക തിരിച്ചുപോരും. അടുത്ത ദിവസം ചെന്നുനോക്കുമ്പോൾ മിക്കവാറും ഒന്നോ രണ്ടോ പക്ഷികൾ കെണിയില്പ്പെട്ടു കിടക്കുന്നുണ്ടാവും.

ഇക്കഴിഞ്ഞൊരു ദിവസവും ലൂക്ക അതുതന്നെയാണ് ചെയ്തത്. കുറിഞ്ഞിപ്പക്ഷികൾ കൂട്ടമായിപ്പാർക്കുന്ന നീലമരത്തിന്റെ ചുവട്ടിൽ ഒരു കെണിയൊരുക്കി അടുത്ത ദിവസം തിരിച്ചുചെന്നപ്പോൾ ലൂക്ക പക്ഷേ, കെണിയിൽ കണ്ടത് കുറിഞ്ഞിപ്പക്ഷികളെയായിരുന്നില്ല, മറിച്ച് ഒരു വലിയ മുയലിനെയായിരുന്നു.

മുയലിനെ കിട്ടിയെങ്കിലും ലൂക്കയ്ക്ക് നിരാശയാണ് തോന്നിയത്. തന്റെ അശ്രദ്ധയാണ് വലയിൽ മുയൽ വീഴാൻ കാരണമെന്നയാൾക്കു മനസ്സിലായി. നീലമരത്തിനു താഴെ ഒരു മാളമുണ്ട്. അതുകണ്ടാൽ മുയലിന്റേതാണെന്നു മനസ്സിലാക്കാനും പ്രയാസമില്ല. അക്കാര്യം ശ്രദ്ധിക്കാതെ മുയൽമാളത്തിനടുത്തു വലയൊരുക്കിയതാണ് രാത്രിയിൽ ആ ജീവി വലയില്പ്പെടാൻ കാരണം.

ഏതായാലും ലൂക്ക കെണിയിൽനിന്നും മുയലിനെ പുറത്തെടുത്തു. നല്ല തൂക്കവും തടിയുമുണ്ട്. പുറമെ മുഖത്ത് ഒരു രാജാവിന്റെ ഗമയും പൗരുഷവും. ഇങ്ങനെയും ഒരു മുയലോ എന്നുകരുതി ലൂക്ക ആ ജന്തുവിനെ അടിമുടി യൊന്നു വീക്ഷിച്ചു. വാലിന്റെ ഭാഗത്തു കണ്ണെത്തിയപ്പോൾ ലൂക്കയ്ക്ക് മുയലിനോടു തികച്ചും നീരസം തോന്നി. മുയലിന്റെ വാൽ പകുതിക്കുവെച്ചു മുറിഞ്ഞിരിക്കുന്നു. ആരോ വാൽ വെട്ടിമാറ്റിയതുപോലെ.

അതുംകൂടെയായപ്പോൾ മുയലിനോടുള്ള ലൂക്കയുടെ അനിഷ്ടം പതിന്മടങ്ങു വർദ്ധിച്ചു. ഈ അശ്രീകരത്തെ തനിക്കുവേണ്ടന്നു പെട്ടെന്നുതന്നെ ലൂക്ക തീരുമാനിച്ചു. എന്നിട്ട് ഒറ്റ ശ്വാസത്തിനു വാൽമുറിയനെ ദൂരേക്ക് എടു ത്തൊരേറ്. മുയലാകട്ടെ പ്രാണനുംകൊണ്ട് ഓടിയകന്ന വഴിയിൽ പിന്നെ പുല്ലുപോലും മുളച്ചിട്ടില്ല എന്നുപറഞ്ഞാൽ മതിയല്ലോ. എങ്കിലും പോകുന്ന പോക്കിൽ ഒന്നു തിരിഞ്ഞു നോക്കി ലൂക്കയ്ക്കു നന്ദിപറയാനുള്ള സാമാന്യ മര്യാദ കാണിക്കാൻ മുയൽരാജൻ മറന്നതുമില്ല.

വെറും കൈയോടെ വീട്ടിലെത്തിയ ലൂക്കയ്ക്കു ഭാര്യയുടെ ശകാരം പിടിപ്പതുകിട്ടി എന്നു പറയേണ്ടതില്ലല്ലോ. പല റാത്തൽ തൂക്കമുള്ള കൊഴുത്തൊരു മുയലിനെ കാട്ടിൽ വലിച്ചെറിഞ്ഞ് വീട്ടിലെത്തിയ പോഴൻ ഭർത്താവിന് അന്ന വൾ ഒരുതുള്ളി വെള്ളംപോലും നല്കാതെ പട്ടിണിക്കിട്ട്. എന്നിട്ട് അടുത്തദിവസം കിഴക്കുദിക്കുംമുമ്പ് കാട്ടിലേക്കു തിരിച്ചയച്ചു. ഒന്നുകിൽ മുയലുമായി തിരിച്ചെത്തുക, അല്ലെങ്കിൽ സാധാരണപോലെ കെണിവെച്ച് പക്ഷികളെ പിടിച്ചു തിരികെ വരിക.

മുയലിനെ കണ്ട് അപമാനിച്ചു വിട്ടതിനു മാപ്പുപറഞ്ഞ് അതുമായി തിരിച്ചെത്താമെന്നു കരുതി ലൂക്ക കാട്ടിലെത്തി. നീലമരത്തിന്റെ ചുവട്ടിൽ പരതിയെങ്കിലും മുയൽ എങ്ങു മുണ്ടായിരുന്നില്ല. മുയൽ മാളത്തിനകത്തു കിടന്നുറങ്ങു കയായിരിക്കുമെന്നു കരുതി ലൂക്ക അതിനകത്തേക്കു സൂക്ഷി ച്ചുനോക്കി. അതിനകത്തൊന്നും മുയലിന്റെ പൊടി

പോലുമില്ല. പക്ഷേ, ആ ഇരുട്ടിൽ എന്തോ തിളങ്ങുന്നുണ്ട്. ലൂക്ക അകത്തേക്കു കൈയിട്ട് അതെല്ലാം വാരി പുറത്തേക്കിട്ടു. പതിനൊന്നു വെള്ളിനാണയങ്ങൾ. ഇതെന്തു മറിമായം എന്നറിയാതെ ലൂക്ക അതിശയിച്ചു. ഏതായാലും അന്യന്റെ മുതലല്ലേ അതെടുക്കുന്നതു ശരിയല്ല. പകരം മുയലിന്റെ വിലയായി ഒരു വെള്ളിനാണയം കൈയിലെടുത്തു ബാക്കി പത്തെണ്ണവും ലൂക്ക മാളത്തിലേക്കു തിരിച്ചെറിഞ്ഞു.

പതിനൊന്നാമത്തെ വെള്ളി നാണയവുമായി ലൂക്ക ചന്തയിലെത്തി. ഒരു വെള്ളിനാണയത്തിന് ഒന്നല്ല പത്തു മുയലുകളെ കിട്ടും. അങ്ങനെ ഒന്നിനുപകരം പത്തു മുയലുകളുമായി വീട്ടിലെത്തിയ ലൂക്കയെ ഭാര്യ അഭിനന്ദിച്ചു. പക്ഷേ, പത്തുനാണയം ഗുഹയിലുപേക്ഷിച്ചു പോന്ന ലൂക്കയുടെ വിഡ്ഢിത്തം അറിഞ്ഞപ്പോൾ ആ സ്ത്രീക്ക് വല്ലാതെ അരിശം കയറി. ലൂക്ക കൊണ്ടുവന്ന മുയൽകുട്ട അവർ തൊടിയിലേക്കു വലിച്ചെറിഞ്ഞു. ആ തക്കത്തിൽ വേടന്മാർ കാട്ടിൽനിന്നും പിടിച്ച് ചന്തയിലെത്തിച്ചിരുന്ന ആ മുയലുകളൊക്കെ കാട്ടിലേക്കു തിരിച്ചോടുകയും ചെയ്തു. പോകുന്ന പോക്കിൽ അവർ ലൂക്കയെനോക്കി നന്ദി പ്രകാശിപ്പിക്കാനും മറന്നില്ല.

അതെന്തായാലും ചൂലുമായി അട്ടഹസിച്ചു പിന്നാലെ വരുന്ന ഭാര്യയെക്കണ്ടു ലൂക്ക ഒരു നിമിഷംപോലും വീട്ടിൽ നിന്നില്ല. ബാക്കി പത്തു വെള്ളിനാണയംകൂടി കൊണ്ടുവരാനായി അയാൾ കാട്ടിലേക്കു തിരിച്ചു. അതിനു മുമ്പുതന്നെ തങ്ങളുടെ ജീവൻ രക്ഷിക്കുന്ന പുത്തൻ അവതാരമായ ലൂക്കയെ സമുചിതമായി ആദരിക്കണമെന്നു മുയൽ രാജനും മറ്റു പത്തു മുയലുകളും തീരുമാനിച്ചിരുന്നു.

ഇതൊന്നുമറിയാതെ നീലമരച്ചുവട്ടിലെത്തി മുയൽ മാളത്തിലേക്കു നോക്കിയ ലൂക്കയ്ക്കു നിരാശയാണു തോന്നിയത്. കാരണം, അവിടെയെങ്ങും വെള്ളി നാണയങ്ങൾ കണ്ടില്ല. പകരം അതാ വെട്ടിത്തിളങ്ങുന്ന ഒരു സ്വർണ്ണനാണയക്കൂമ്പാരം. ലൂക്ക അവയൊക്കെ പുറത്തെടുത്ത് എണ്ണിത്തിട്ട

പ്പെടുത്തി. ആകെ നൂറ്റിയൊന്നെണ്ണം. അന്യന്റെ സ്വത്തല്ലേ ലൂക്ക അതിൽനിന്നും ഒന്ന് കൈയിലെടുത്ത് ബാക്കി യൊക്കെ തിരിച്ചുവെച്ചു വീട്ടിലെത്തി. എന്നിട്ടു ബാക്കി പത്തുവെള്ളിത്തുട്ടുകൾ കിട്ടാത്തതിൽ ക്ഷമാപണംചെയ്ത് ആ ഒരു സ്വർണ്ണനാണയം ഭാര്യയുടെ കൈയിൽ വെച്ചു കൊടുത്തു. ഒരു സ്വർണ്ണനാണയത്തിനു പത്തല്ല, നൂറു വെള്ളിനാണയങ്ങളുടെ വിലയുണ്ട്. എന്നിട്ടും അതറിയാതെ തെറ്റേറ്റുപറയുന്ന തന്റെ ഭർത്താവിന്റെ വിഡ്ഢിത്തമോർത്ത് അവൾ മനസ്സിൽ ചിരിച്ചു.

പക്ഷേ, ആ ചിരി അധികം നീണ്ടുനിന്നില്ല. നൂറു സ്വർണ്ണ നാണയങ്ങൾ ഗുഹയിലുപേക്ഷിച്ചാണ് ലൂക്ക തിരിച്ചു പോന്നിരിക്കുന്നതെന്നറിഞ്ഞപ്പോൾ അവൾക്ക് ആ മനു ഷ്യനെ കൊല്ലാനുള്ള ദേഷ്യമാണ് തോന്നിയത്. പക്ഷേ, അതുകൊണ്ടെന്തുകാര്യം. ഒരു വിഡ്ഢിയെ നന്നാക്കിയെ ടുക്കുന്നതിലും ഭേദം അക്കാര്യം താൻതന്നെ ഏറ്റെടുക്കു ന്നതാണ് ബുദ്ധി എന്നവൾക്കു ബോദ്ധ്യമായി. വിവരങ്ങൾ അന്വേഷിച്ചറിഞ്ഞ് ആ സ്ത്രീ നീലമരവുംതേടി കാട്ടിലേക്കു യാത്രയായി.

അവൾ പോയി അല്പം കഴിഞ്ഞപ്പോൾ കൊട്ടാരത്തിൽ നിന്നും കുറേ രാജഭടന്മാർ അവിടെയെത്തി. അവരുടെകൂടെ ലൂക്കയ്ക്കു പത്തു മുയലുകളെ വിറ്റ വ്യാപാരിയുമുണ്ട്. രാജഭടന്മാർ തങ്ങളുടെ ആഗമനോദ്ദേശ്യം ലൂക്കയെ അറിയിച്ചു. ലൂക്ക പത്തുമുയലുകളെ വാങ്ങാനായി കൊടുത്ത വെള്ളിനാണയം കൊട്ടാരം ഖജനാവിൽനിന്നും മോഷ്ടിക്കപ്പെട്ടതാണ്. അതിന്റെകൂടെ വേറെ പത്തു വെള്ളിനാണയങ്ങളും നൂറ്റൊന്നു സ്വർണ്ണനാണയങ്ങളും മോഷ്ടിക്കപ്പെട്ടിട്ടുണ്ട്. കളവന്വേഷണം നടക്കുമ്പോഴാണ് അതിലൊരു നാണയവുമായി മുയൽവ്യാപാരി പിടിക്ക പ്പെടുന്നത്. കൂടെ വന്നിരിക്കുന്ന അയാളാണ് നാണയം തന്നത് ലൂക്കയാണെന്നു കുറ്റസമ്മതം നടത്തിയിരിക്കുന്നത്.

അത്രയുമായപ്പോഴേക്കും നൂറു സ്വർണ്ണനാണയങ്ങളു മായി ലൂക്കയുടെ ഭാര്യയും തിരിച്ചെത്തി. അവിടെ നടക്കു

ന്നതൊന്നും അറിയാതിരുന്ന ആ സ്ത്രീയിൽനിന്നും അവർ മോഷ്ടിക്കപ്പെട്ട സ്വർണ്ണം അനായാസം കണ്ടെടുത്തു. അതോടെ കൊട്ടാരത്തിലെ കള്ളൻ ലൂക്കതന്നെയെന്നുറപ്പായി. ഉടനെ ലൂക്കയെയും ഭാര്യയെയും കൈയാമംവെച്ച് കൊണ്ടുപോയി രാജാവിന്റെ മുന്നിൽ ഹാജരാക്കി.

അന്യന്റെ ധനം കൈവശം വെക്കുന്നവർക്ക് ഇങ്ങനെയൊക്കെ സംഭവിക്കുമെന്നു ലൂക്കയ്ക്കറിമായിരുന്നു. അതിനു ലഭിക്കുന്ന ശിക്ഷ കനത്തതായിരിക്കുകയും ചെയ്യും. അതിനാൽ കാര്യം തുറന്നുപറയുകതന്നെ. ശിക്ഷ ലഭിക്കുന്നെങ്കിൽ അതു മുയൽ രാജാവിനാകട്ടെ എന്നു ലൂക്ക തീരുമാനിച്ചു.

അങ്ങനെ താൻ നിരപരാധിയാണെന്നും യഥാർത്ഥത്തിൽ സ്വർണ്ണവും വെള്ളിയും തനിക്കു ലഭിച്ചത് വനാന്തരത്തിൽ പാർക്കുന്ന ഒരുവന്റെ ഗുഹയിൽ നിന്നാണെന്നും അത് കൊട്ടാരത്തിൽനിന്നും മോഷണം പോയതാണെന്നറിയില്ലായിരുന്നെന്നും ഒക്കെ ലൂക്ക രാജസമക്ഷം ബോധിപ്പിച്ചു.

എങ്ങനെയോ ലൂക്കയുടെ നിരപരാധിത്തം ബോദ്ധ്യംവന്ന രാജാവ് ഇരുപത്തിനാലു മണിക്കൂറിനകം വനത്തിൽ പാർക്കുന്ന മോഷ്ടാവിനെ തന്റെ മുന്നിൽ ഹാജരാക്കണമെന്ന് ഉത്തരവിട്ടു. ഇല്ലെങ്കിൽ ലൂക്കയ്ക്കും ഭാര്യക്കും ജീവിതാന്ത്യം വരെ തടവിൽ കിടക്കാം.

അടുത്ത ദിവസം അതിരാവിലെ നീലമരച്ചുവട്ടിലേക്കു തിരിച്ച ലൂക്ക അവിടെയെത്തി മുയൽമാളത്തിലേക്കെത്തി നോക്കി. അതിനകത്തതാ എല്ലാം നഷ്ടപ്പെട്ട ഹതഭാഗ്യനെപ്പോലെ ഏങ്ങലടിച്ചു കരഞ്ഞിരിക്കുന്ന മുയൽ രാജൻ. അതു കണ്ടപ്പോൾ ലൂക്കയ്ക്കും സങ്കടമായി. എങ്കിലും മറ്റൊരു പോംവഴിയും കാണാത്തതിനാൽ അതിനെപ്പിടിച്ചു വലയിലിട്ടു ലൂക്ക കൊട്ടാരത്തിലെത്തി. എന്നിട്ടു തിരുമനസ്സിനെ മുഖം കാണിച്ചു മുയലിനെ കാല്ക്കൽവെച്ചു മോഷ്ടാവിനെ കാണിച്ചു കൊടുത്തു.

വെറുമൊരു മുയലാണ് കാട്ടിൽ പാർക്കുന്ന കൊട്ടാര

ക്കള്ളൻ എന്നുകേട്ട് അവിടെക്കൂടിയിരുന്ന പലരും ആർത്തു ചിരിച്ചു. പക്ഷേ, അതിൽ സത്യമുണ്ടായിരിക്കുമെന്നു രാജാവിനു തോന്നി. കാരണം കളവന്വേഷിച്ച സംഘം ഖജനാവ് തുറന്നതായോ പൂട്ടുപൊളിച്ചതായോ കണ്ടെത്തിയിരുന്നില്ല. പകരം പുറത്തേക്കുള്ള ചുമരിൽ ഒരു ചെറിയ തുള അവർ കാണുകയും ചെയ്തിരുന്നു. പക്ഷേ, അത് ഒരു മനുഷ്യന് കടക്കാൻ കഴിയാത്ത വിധം ചെറുതായിരുന്നതിനാൽ ആ വഴിക്കു അന്വേഷണം നീണ്ടതുമില്ല.

ആ സമയം കൊട്ടാരം കാവല്ക്കാരിൽ ചിലർ സദസ്സിൽ വരികയും ഈ വാൽമുറിയൻ മുയലിനെ പല രാത്രികളിലും ഖജനാവിനടുത്ത് കണ്ടവിവരം അറിയിക്കുകയും ചെയ്തു. അതുകേട്ട രാജാവ് മുയലിന്റെ മുഖത്തേക്കു സൂക്ഷിച്ചുനോക്കി. അവിടെ ഒരു കള്ളലക്ഷണം അദ്ദേഹം തെളിഞ്ഞുകണ്ടു. ഒരു രാജാവിന്റെ മുഖത്തുമാത്രം കാണുന്നതരം കള്ളലക്ഷണമായിരുന്നു അത്. അന്യരെ കൊള്ളയടിച്ചു സമ്പാദിക്കുന്ന സ്വർണ്ണവും വെള്ളിയും ഏതു രാജാവു സൂക്ഷിക്കണം എന്നതിലായിരുന്നു അപ്പോൾ മുയലിന്റെയും രാജാവിന്റെയും മനസ്സിലെ തർക്കം. അതിനുത്തരവും അവർക്കറിയാമായിരുന്നു. ശക്തൻ തന്നെ ശരി.

സംഗതികളുടെ കിടപ്പു മനസ്സിലായ രാജാവ് ലൂക്കയെയും ഭാര്യയെയും കുറ്റവിമുക്തരാക്കിയതിനു പുറമെ കളവുമുതൽ കണ്ടെടുക്കാൻ നിമിത്തമായതിന് കിട്ടിയതിൽ പാതി സ്വർണ്ണവും വെള്ളിയും അവർക്കു നല്കുകയും ചെയ്തു.

എല്ലാ രാജാക്കന്മാരും കള്ളന്മാരായതിനാൽ മുയലിന് പ്രത്യേകം ശിക്ഷയൊന്നും കിട്ടിയില്ല. പകരം കൊട്ടാരം ഭണ്ഡാരത്തിന്റെ സൂക്ഷിപ്പുകാരൻ എന്ന പദവിയിൽ മുയൽ നിയമിതനായി.

അങ്ങനെയാണത്രെ കള്ളന്മാർ കാവല്ക്കാരാകുന്ന ഇന്നുവരെയുള്ള പതിവു തുടങ്ങിയത്.